ഇന്ത്യൻ കമ്മ്യൂണിസത്തിന്റെ 100 വർഷങ്ങൾ

Indian Communisathinte 100 Varshangal

Translation
G Vijayakumar

CHINTHA PUBLISHERS
Thiruvananthapuram

First Edition
April 2022

Published & Typesetting
Chintha Publishers, Thiruvananthapuram

Printed at
Time offset Printers, Thiruvananthapuram

Cover Design
Vinod Mangoes

ISBN - 978-93-93468-72-7

CO - 3097 / 5983

Email: chinthapublishers@gmail.com
Website: www.chinthapublishers.com

A version is available at National Libraries
Kolkata, Mumbai, Chennai and Delhi

Distribution
DESHABHIMANI BOOKHOUSE
H O Thiruvananthapuram 695035

Branch
Head Office Kunnukuzhi • Statue Thiruvananthapuram
KSRTC Bus Terminal Thampanoor • Saphalyam Complex Thiruvananthapuram
KSRTC Bus Station Alappuzha • KSRTC Bus Station Ernakulam
Machingal Lane Thrissur • IG Road Kozhikode
Mavoor Road Kozhikode • NGO Union Building Kannur
Central Bus Terminal Complex Thavakkara Kannur

ഇന്ത്യൻ കമ്യൂണിസത്തിന്റെ 100 വർഷങ്ങൾ

പരിഭാഷ

ജി വിജയകുമാർ

ചിന്ത പബ്ലിഷേഴ്സ്
തിരുവനന്തപുരം-695 035

ജി വിജയകുമാർ

സംസ്ഥാന സർക്കാർ സർവ്വീസിൽ പത്ത് വർഷം – സർവ്വേ വകുപ്പ് ജീവനക്കാരനായിരുന്നു. ഇക്കാലത്ത് കേരള എൻ ജി ഒ യൂണിയൻ സംസ്ഥാന സെക്രട്ടറി. *കേരള സർവ്വീസ്* മാസികയുടെ എഡിറ്റർ. ഇപ്പോൾ *ചിന്ത* വാരികയുടെ പത്രാധിപ സമിതി അംഗം.

കൃതികൾ: *ആണവക്കരാർ അടിമത്തത്തിലേക്കുള്ള കാൽവെപ്പ്, അറബ് വസന്തം മുതൽ വാൾസ്ട്രീറ്റ് പിടിച്ചെടുക്കൽ വരെ, ക്യൂബ സോഷ്യലിസത്തിന്റെ പാതയിൽ തന്നെ, മാധ്യമ നുണകളുടെ പെരുമഴക്കാലം, വധശിക്ഷ ഭീകരത യാക്കൂബ് മേമൻ, ഹ്യൂഗോ ഷാവേസും ഇരുപത്തിയൊന്നാം നൂറ്റാണ്ടിലെ സോഷ്യലിസവും, ലാറ്റിനമേരിക്കൻ ജനകീയ ചരിത്രം, ചുവന്ന സൂര്യന്റെ ഉദയാസ്തമയം, ഒക്ടോബർ വിപ്ലവം.*

പരിഭാഷകൾ: കാൾ മാർക്സിന്റെ *ഗോഥാ പരിപാടിയെക്കുറിച്ചുള്ള വിമർശനം*, ചെഗുവേരയുടെ *മോട്ടോർ സൈക്കിൾ ഡയറി*, മാർക്സ് & എംഗൽസ് ജീവചരിത്രക്കുറിപ്പ്, അന്റോണിയോ ഗ്രാംഷിയുടെ *തത്ത്വശാസ്ത്രത്തിന്റെ പഠനം*, അൽത്തൂസറിന്റെ *മൂലധനത്തിനൊരു മുഖവുര*, പ്രഭാത് പട്നായിക്കിന്റെ *മുതലാളിത്തത്തിന്റെ പ്രതിസന്ധിയും സോഷ്യലിസത്തിന്റെ ഭാവിയും.*

വിലാസം : ദീപ്തി, TC 20/188417
ARA -E 40, തമലം
പൂജപ്പുര P O
തിരുവനന്തപുരം 695 012
ഫോൺ : 9446383414
ഇ– മെയിൽ : vijayan.chintha@gmail.com

ഉള്ളടക്കം

പ്രസാധകക്കുറിപ്പ്

ആയിരത്തിത്തൊള്ളായിരത്തി ഇരുപത് ഒക്ടോബർ മാസം 17–ാം തീയതി സോവിയറ്റ് യൂണിയനിലെ ഉസ്ബെക്കിസ്ഥാൻ തലസ്ഥാനമായ താഷ്കന്റിൽ രൂപീകൃതമായ കമ്യൂണിസ്റ്റ് പാർട്ടി ഓഫ് ഇന്ത്യക്ക് 2020 ൽ നൂറ് വർഷം തികഞ്ഞു. രണ്ട് സുപ്രധാന ചരിത്ര സംഭവങ്ങളുടെ ഉല്പന്നമാണ് കമ്യൂണിസ്റ്റ് പാർട്ടി ഓഫ് ഇന്ത്യ. ബ്രിട്ടീഷ് കൊളോണിയലിസത്തിനെതിരായ പോരാട്ടവും 1917 ൽ നടന്ന ഒക്ടോബർ വിപ്ലവവുമാണ് ആ സംഭവങ്ങൾ. പൂർണ്ണ സ്വരാജ് എന്ന മുദ്രാവാക്യം ഇന്ത്യയിൽ ആദ്യമായി ഉയർത്തിയത് 1921 ൽ അഹമ്മദാബാദിൽ ചേർന്ന ആൾ ഇന്ത്യാ കോൺഗ്രസ് കമ്മിറ്റിയുടെ സമ്മേളനവേദിയിലായിരുന്നു. കമ്യൂണിസ്റ്റുകാരായിരുന്നു ആ മുദ്രാവാക്യം ഉയർത്തിയത്. ബ്രിട്ടീഷ് സാമ്രാജ്യത്വ വിരുദ്ധ പോരാട്ടവും ജന്മി നാടുവാഴി വാഴ്ചക്കെതിരായ പോരാട്ടവും ഏകോപിപ്പിച്ചത് കമ്യൂണിസ്റ്റ് പാർട്ടിയായിരുന്നു. രണ്ടാം ലോക മഹായുദ്ധകാലത്ത് പാർട്ടി ജന്മിത്വ വിരുദ്ധമായ പോരാട്ടങ്ങൾ ഉയർത്തിക്കൊണ്ടുവന്നു. അതാണ് തെലങ്കാന സമരവും പുന്നപ്ര–വയലാർ സമരവും ബംഗാളിലെ തേഭാഗ സമരങ്ങളും. ഈ പോരാട്ടങ്ങൾ വഴി ജനങ്ങൾക്കിടയിലേക്ക് ആഴത്തിൽ വേരു പതിപ്പിക്കാൻ കമ്യൂണിസ്റ്റ് പാർട്ടിക്ക് കഴിഞ്ഞു. സ്വാതന്ത്ര്യാനന്തരവും ഭൂപ്രശ്നങ്ങൾ ഉയർത്തിക്കൊണ്ടുള്ള പോരാട്ടങ്ങൾ സംഘടിപ്പിച്ചു. ഭാഷാ സംസ്ഥാനങ്ങളുടെ രൂപീകരണത്തിലേക്കെത്തിച്ച പോരാട്ടങ്ങളും കമ്യൂണിസ്റ്റു പാർട്ടിയുടെ സംഭാവനയാണ്. ഉദാരീകരണവും ആഗോളവല്ക്കരണവും ഇന്ത്യൻ പൊതുമേഖലയുടെ നിലനില്പുതന്നെ അവതാളത്തിലാക്കിയ വർത്തമാനകാലത്തെയാണ് പാർട്ടി ഇന്ന് നേരിടുന്നത്. ഇന്ത്യൻ ജനതയെ അന്താരാഷ്ട്ര മൂലധനത്തിന്റെ നിർലജ്ജമായ ചൂഷണത്തിന് എറിഞ്ഞു കൊടുത്തു. സേവനത്തുറകളും വ്യാവസായിക മേഖലയും സ്വകാര്യ മേഖല വിഴുങ്ങി. ഇതിനെതിരായ പോരാട്ടങ്ങളുടെ കയറ്റിറക്കങ്ങളിലൂടെയാണ് ഇന്ത്യയിലെ പാർട്ടി മുമ്പോട്ടുപോകുന്നത്. തിരിച്ചടികളും നേട്ടങ്ങളും ഒരുപോലെ അനുഭവപാഠങ്ങൾ നല്കുന്നു. അതിൽനിന്നും പാഠമുൾക്കൊണ്ടു മുന്നോട്ടുപോകുന്ന പാർട്ടി പ്രവർത്തകർക്കും തല്പരരായ ഏവർക്കും പാർട്ടി സഞ്ചരിച്ച വഴികളെപ്പറ്റി അവബോധമുണ്ടാക്കുകയാണ് ഈ ഗ്രന്ഥത്തിന്റെ ലക്ഷ്യം.

ചിന്ത പബ്ലിഷേഴ്സ്

ഇന്ത്യൻ കമ്യൂണിസത്തിന്റെ നൂറു വർഷങ്ങൾ

പ്രഭാത് പട്നായക്

നിലവിലുള്ള സാഹചര്യത്തിന്റെ സൈദ്ധാന്തികമായ വിശകലനം പാർട്ടിയുടെ പ്രയോഗത്തിന്റെ കേന്ദ്രബിന്ദുവാണ്; അതിൽനിന്നാണ് വിവിധ വിഭാഗം ബൂർഷ്വാസിയോടും കർഷകജനതയോടുമുള്ള തൊഴിലാളിവർഗ്ഗത്തിന്റെ ബന്ധം നിർവ്വചിക്കപ്പെട്ടിട്ടുള്ളത്; അതിൽനിന്നുതന്നെയാണ് മറ്റു രാഷ്ട്രീയ പാർട്ടികളോടുള്ള കമ്യൂണിസ്റ്റ് പാർട്ടിയുടെ അടവുകളും ഉരുവംകൊണ്ടത്. ഇന്ത്യയിലെ കമ്യൂണിസത്തിന്റെ കഴിഞ്ഞ നൂറു വർഷത്തെ പ്രയോഗം സംബന്ധിച്ചുള്ള പഠനം വൻതോതിൽ വിജ്ഞാനപ്രദമായ ഒന്നാണെങ്കിലും അത്രയും വലിയൊരു ഉദ്യമത്തിന് ഇവിടെ സാധിക്കില്ല. അതിനാൽ ഈ നീണ്ട ചരിത്രത്തിന്റെ ചില ഘട്ടങ്ങളെക്കുറിച്ചു മാത്രമേ ഞാനിവിടെ വിശദീകരിക്കുന്നുള്ളൂ.

കമ്യൂണിസ്റ്റ് ഇന്റർനാഷണലിന്റെ ആറാം കോൺഗ്രസ് (1928) കൊളോണിയൽ പ്രശ്നം വിശകലനം ചെയ്യുകയും, ''കൊളോണിയൽ ചൂഷണം കർഷക ജനതയുടെ തൊഴിലാളിവല്ക്കരണമല്ല, മറിച്ച് പാപ്പരീകരണമാണ് സൃഷ്ടിച്ചത്'' എന്നതുപോലെയുള്ള വിലപ്പെട്ട പ്രസ്താവനകൾ മുന്നോട്ടുവയ്ക്കുകയും ചെയ്തു; അത് സെക്ടേറിയൻ സ്വഭാവം പുലർത്തിയിരുന്ന വിവിധ കമ്യൂണിസ്റ്റ് പാർട്ടികൾക്കായി ഒരു പ്രവർത്തനരേഖ മുന്നോട്ടുവച്ചു; വാസ്തവത്തിൽ ആറാം കോൺഗ്രസിനെ തുടർന്നുള്ള കാലഘട്ടം സെക്ടേറിയനിസവുമായി ബന്ധപ്പെട്ടുള്ളതാണ്. ഏണസ്റ്റ് തെയിൽമാന്റെയും അന്റോണിയോ ഗ്രാംഷിയുടേതുമടക്കം ഒട്ടേറെപ്പേരുടെ ജീവനെടുത്ത ഫാസിസത്തിനെതിരായ പോരാട്ടത്തിന്റെ മദ്ധ്യത്തിൽ, 1935 ൽ നടന്ന ഏഴാം കോൺഗ്രസിലാണ്, സെക്ടേറിയനിസം ഉപേക്ഷിക്കുകയും ഐക്യമുന്നണികൾ രൂപീകരിക്കേണ്ടതിന്റെ ആവശ്യകതയ്ക്ക് ഊന്നൽ നല്കുകയും ചെയ്തത്. ഒരു സാമ്രാജ്യത്വ

വിരുദ്ധ ജനകീയ ഐക്യമുന്നണിയുടെ രൂപീകരണത്തിന് ആഹ്വാനം ചെയ്ത ദത്ത്-ബ്രാഡ്‌ലി തീസിസിലൂടെ ഈ ഏഴാം കോൺഗ്രസിലെ പ്രവണത ഇന്ത്യൻ പശ്ചാത്തലത്തിലേക്ക് മാറ്റപ്പെട്ടു.

ഇത്തരത്തിലുള്ള മുന്നണിക്കായി നിർദ്ദേശിക്കപ്പെട്ട സാമ്പത്തിക പരിപാടിയിൽ, പണിമുടക്കുന്നതിനുള്ള അവകാശം, കൂലി വെട്ടിക്കുറയ്ക്കലും തൊഴിലാളികളെ പിരിച്ചുവിടലും നിരോധിക്കുക, പര്യാപ്തമായ മിനിമം കൂലിയും എട്ടുമണിക്കൂർ തൊഴിൽസമയവും, പാട്ടത്തിൽ അൻപതു ശതമാനം ഇളവ്, സാമ്രാജ്യത്വവാദികളും നാട്ടുരാജാക്കന്മാരും സെമീന്ദാർമാരും കൊള്ളപ്പലിശക്കാരും ചേർന്ന് കടത്തിന്റെ പേരിൽ കർഷകന്റെ ഭൂമി പിടിച്ചുപറിക്കുന്നത് നിരോധിക്കുക എന്നീ ആവശ്യങ്ങൾ അടങ്ങിയിരുന്നു.

കമ്യൂണിസ്റ്റുകാർ കോൺഗ്രസിലെ അംഗങ്ങളായതും (കമ്യൂണിസ്റ്റു പാർട്ടിയിലും എ എൻ സിയിലും, ഇരട്ട അംഗത്വം സാദ്ധ്യമായ തെക്കേ ആഫ്രിക്കയിൽനിന്നും വ്യത്യസ്തമാണ് ഇന്ത്യയുടെ കാര്യം) കോൺഗ്രസ് സോഷ്യലിസ്റ്റ് പാർട്ടിയുമായി സഹകരിച്ചു പ്രവർത്തിച്ചതും ഈ ധാരണയുടെ ഫലമായിരുന്നു.

സോവിയറ്റ് യൂണിയനുമേൽ ജർമ്മനി ആക്രമണമഴിച്ചുവിട്ടതോടെയാണ് ഈ ഘട്ടം അവസാനിക്കുന്നത്. ഈ ആക്രമണംമൂലം യുദ്ധത്തിന്റെ സ്വഭാവംതന്നെ മാറ്റപ്പെട്ടു എന്നതായിരുന്നു കമ്യൂണിസ്റ്റ് പാർട്ടിയുടെ ധാരണ: അതിനോട് ഒട്ടേറെ കോൺഗ്രസ് നേതാക്കൾ അനുഭാവം പ്രകടിപ്പിച്ചെങ്കിലും, ഈ സമയത്ത് ക്വിറ്റ് ഇന്ത്യാ പ്രസ്ഥാനത്തിന് തുടക്കംകുറിച്ചിരുന്നു. കോൺഗ്രസും സി എസ് പിയും ഔദ്യോഗികമായി അതിനെ എതിർത്തു. കോൺഗ്രസിൽ അംഗമായിരുന്ന അനേകം കമ്യൂണിസ്റ്റുകാരും ക്വിറ്റ് ഇന്ത്യാ സമരത്തിന്റെ ഭാഗമായി ദീർഘകാലം ജയിലിലടയ്ക്കപ്പെട്ടിരുന്നു.

രാജ്യത്തിനു സ്വാതന്ത്ര്യം ലഭിച്ചതോടെ, പുതിയ ഭരണകൂടത്തിന്റെ സ്വഭാവവും ബൂർഷ്വാസിയുമായുള്ള ബന്ധവും എന്തായിരിക്കണമെന്നുള്ള ചോദ്യം ഉയർന്നു. അത് രൂക്ഷമായ ഉൾപ്പാർട്ടി വാദപ്രതിവാദങ്ങൾക്കു കാരണമാകുകയും അവസാനം പാർട്ടി പിളരുകയും ചെയ്തു. സി പി ഐ (എം) ന്റെ പരിപാടിയിൽ വ്യക്തമായി പറഞ്ഞുവച്ച സൈദ്ധാന്തികമായ നിലപാട്, റഷ്യൻ സോഷ്യൽ ഡെമോക്രാറ്റിക് ലേബർ പാർട്ടിക്കുള്ളിലെ വിപ്ലവപൂർവ്വ തർക്കങ്ങളുടെ ഘട്ടത്തിൽ ലെനിൻ കൈക്കൊണ്ട നിലപാടിൽനിന്നും എടുത്തവയായിരുന്നു; ഒരു തരത്തിൽ അല്ലെങ്കിൽ മറ്റൊരു തരത്തിൽ ഇരുപതാം നൂറ്റാണ്ടിലെ എല്ലാ മൂന്നാംലോക വിപ്ലവ പരിപാടികളെയും അടിസ്ഥാനമാക്കുക എന്നതായിരുന്നു ആ നിലപാട്. ചരിത്രത്തിന്റെ കളിയരങ്ങിൽ അടുത്തിടെ ബൂർഷ്വാസി അധികാരത്തിൽ വന്നിട്ടുള്ള രാജ്യങ്ങളിലെല്ലാം ഫ്യൂഡൽ വിരുദ്ധ ജനാധിപത്യ വിപ്ലവം നടപ്പാക്കുന്നതിനുള്ള ശേഷി അതിനില്ലാതായി എന്നതായിരുന്നു ലെനിന്റെ വാദം; ഫ്യൂഡൽ സ്വത്തിനുമേലുള്ള ഒരു ആക്രമണം ബൂർഷ്വാ

സ്വത്തിനുമേലുള്ള ആക്രമണമായി പിന്നീട് തിരിച്ചടിക്കുമോ എന്ന ഭയമാണ് അതിനു കാരണമെന്ന് ലെനിൻ സ്ഥിരീകരിക്കുകയും ചെയ്തു. അതുകൊണ്ടുതന്നെ ബൂർഷ്വാസിക്ക് കർഷകജനതയുടെ ജനാധിപത്യ അഭിലാഷങ്ങളെ സാക്ഷാൽക്കരിക്കാനാവില്ല. ഫ്യൂഡൽ സ്വത്ത് ഇല്ലാതാക്കിയും ഫ്യൂഡൽ അധികാരാവകാശങ്ങളെ തകർത്തെറിഞ്ഞും ഭൂമി പുനർവിതരണം ചെയ്തും ജനാധിപത്യ വിപ്ലവം സാക്ഷാൽക്കരിക്കുവാൻ കർഷക ജനസാമാന്യത്തോടു ചേർന്ന് തൊഴിലാളിവർഗ്ഗം നയിക്കുന്ന ഒരു വിപ്ലവത്തിനുമാത്രമേ സാധിക്കുകയുള്ളൂ. സാമ്പത്തിക വികസനത്തെ പിന്നോട്ടുവലിക്കുന്നതിൽനിന്നും വ്യത്യസ്തമായി ഇത്, ഭൂപരിഷ്കരണങ്ങളിലൂടെ ആഭ്യന്തരകമ്പോളത്തിന്റെ വലിപ്പം വർദ്ധിപ്പിക്കുന്നതുവഴി ഇപ്പറയുന്ന സാമ്പത്തിക വികസനത്തെ കൂടുതൽ വിശാലാടിസ്ഥാനത്തിലുള്ളതാക്കുകയും കൃഷിയുടെ വളർച്ച ത്വരിതപ്പെടുത്തുന്നതുവഴി അതിനെ ദ്രുതഗതിയിലുള്ളതാക്കുകയും ചെയ്യുന്നു.

ഭൂമിയുടെ സമഗ്രമായ പുനർവിതരണത്തിൽനിന്നുള്ള, സ്വാതന്ത്ര്യാനന്തര ഇന്ത്യൻ ഭരണകൂടത്തിന്റെ പിന്മാറ്റവും മുതലാളിമാരുടെ ഖുദ്കാശ്ത് ഭൂമിയിലേക്ക് (സ്വന്തമായി കൃഷി ചെയ്യുന്ന ഭൂമി) തിരിയുന്നതിനുപകരം ഫ്യൂഡൽ ഭൂപ്രഭുക്കളെയും സ്ഥലത്തില്ലാത്ത വൻകിട പ്രഭുക്കളിൽനിന്നും ഭൂമിക്കുമേലുള്ള ഉടമസ്ഥാവകാശം സ്വന്തമാക്കിയ സമ്പന്ന കർഷകരെയും പ്രോത്സാഹിപ്പിക്കുന്ന സമീപനം ഭൂപ്രഭുക്കളുമായി ബൂർഷ്വാസി സഖ്യമുണ്ടാക്കിയതിൽ പ്രതിഫലിക്കുന്നുണ്ട്. മുതലാളിത്ത വികസനം പിന്തുടരുന്ന, ഗ്രാമപ്രദേശങ്ങളിൽ ഭൂപ്രഭു-കർഷക മുതലാളിത്തത്തിന്റെ കൂട്ടുകെട്ട് അനിവാര്യമാക്കുന്ന വൻകിട ബൂർഷ്വാസിയുടെ നേതൃത്വത്തിനു കീഴിലുള്ള ഒരു ബൂർഷ്വാ-ഭൂപ്രഭു ഭരണകൂടമാണ് ഇതെന്നതുകൊണ്ടുതന്നെ, കർഷക ജനസാമാന്യത്തിന്റെ ഭൂരിഭാഗവുമായി സഖ്യം കെട്ടിപ്പടുക്കുകവഴി രൂപീകൃതമാകുന്ന ഒരു ബദൽ ഭരണകൂടം കൊണ്ട് ഈ ഭരണകൂടത്തെ പുനഃസ്ഥാപിക്കുകയും, ആത്യന്തികമായി സോഷ്യലിസത്തിലേക്കു നയിക്കുന്ന ജനാധിപത്യവിപ്ലവം നടപ്പിലാക്കുകയും ചെയ്യുക എന്നതാണ് തൊഴിലാളിവർഗ്ഗത്തിന്റെ കടമ. ആപേക്ഷികമായി സാമ്രാജ്യത്വത്തിന്റെ ആധിപത്യമാകുന്ന മുതലാളിത്തപാത പിന്തുടരുവാനുള്ള അതിയായ ആഗ്രഹം ബൂർഷ്വാസിക്കുള്ളതുകൊണ്ടുതന്നെ വിദേശധനമൂലധനവുമായി അത് കൂടുതൽ കൂടുതൽ കൂട്ടുകൂടുന്നു എന്ന് പാർട്ടി എടുത്തുപറയുന്നു.

ഈ സവിശേഷവല്ക്കരണത്തിന്റെ രണ്ടു തലങ്ങൾ ശ്രദ്ധിക്കപ്പെടേണ്ടതുണ്ട്. ഒന്നാമത്, മുതലാളിത്ത വികസനം പിന്തുടരുമ്പോൾത്തന്നെ അത് സാമ്രാജ്യത്വത്തിന്റെ സംരക്ഷണത്തിൻകീഴിലായിരുന്നില്ല, എന്നത് ബോദ്ധ്യപ്പെടുത്തുന്നു. ബൂർഷ്വാസി ഒരർത്ഥത്തിലും സാമ്രാജ്യത്വത്തിന്റെ പാദസേവകരായിരുന്നില്ല; മെട്രോപ്പൊളിറ്റൻ മൂലധനത്തിനെതിരായി പൊതുമേഖലയെ ഉപയോഗിച്ചതും, സോവിയറ്റ് യൂണിയന്റെ സഹായത്തോടുകൂടി സാമ്പത്തിക അപകോളനിവല്ക്കരണം നടപ്പിലാക്കിയതും,

മെട്രോപ്പൊളിറ്റൻ മൂലധനത്തിന്റെ പിടിയിൽനിന്നും രാജ്യത്തിന്റെ പ്രകൃതി വിഭവങ്ങൾക്കുമേലുള്ള നിയന്ത്രണം തിരികെപ്പിടിക്കുക എന്ന അർത്ഥത്തിൽ ചേരിചേരാ വിദേശനയം സ്വീകരിച്ചതും അതിന്റെ സ്പഷ്ടമായ പ്രതിഫലനങ്ങളാണ്. മറ്റു വാക്കുകളിൽ പറഞ്ഞാൽ, ആഭ്യന്തരമായി മുതലാളിത്തം വികസിപ്പിക്കുന്നു എന്നതുകൊണ്ട് സ്വാതന്ത്ര്യാനന്തര ഭരണകൂടം ആഗോള മുതലാളിത്തത്തിന്റെ ചേരിയിൽ അണിനിരക്കുന്നു എന്നർത്ഥമാക്കാനാവില്ല.

രണ്ടാമത്, ബൂർഷ്വാസ്വത്തിനെയും ഭൂപ്രഭു സ്വത്തിനെയും പ്രതിരോധിക്കുന്നതിലും യുങ്കർ മുതലാളിത്തമടക്കമുള്ള (Junker Capitalism) മുതലാളിത്തം നടപ്പാക്കുന്നതിലും അതിന്റെ വർഗ്ഗസ്വഭാവം പ്രകടമാക്കിയ ഭരണകൂടം, മൊത്തമായും ബൂർഷ്വാസിയുടെയും ഭൂപ്രഭുക്കളുടെയും താല്പര്യങ്ങൾക്കനുസരിച്ച് മാത്രമായി പ്രവർത്തിച്ചില്ല. വർഗ്ഗങ്ങൾക്കുപരിയായി പ്രവർത്തിച്ചു. പലപ്പോഴും തൊഴിലാളികൾക്കും കൃഷിക്കാർക്കും അനുകൂലമായിപ്പോലും അത് ഇടപെടലുകൾ നടത്തി. അങ്ങനെ മുതലാളിത്ത കൃഷിക്കായി ഭൂമി കൈവശപ്പെടുത്തുന്നതിന് കുടിയാന്മാരെ ഭൂപ്രഭുക്കൾ ഒഴിപ്പിക്കുന്നൂ എന്ന അർത്ഥത്തിൽ മൂലധനത്തിന്റെ പ്രാകൃത സഞ്ചയിക്കൽ പ്രക്രിയക്കൊപ്പം നില്ക്കുമ്പോൾത്തന്നെ കാർഷികാധിഷ്ഠിത കൃഷിക്കുമേലും കൈത്തൊഴിലുകാരുടെ ഉല്പാദനത്തിനുമേലും നഗരങ്ങളിലെ വൻകിട ബൂർഷ്വാസി അതിക്രമിച്ചുകടക്കുന്നുയെന്ന കൂടുതൽ പ്രയോഗത്തിലുള്ള അർത്ഥത്തിൽ പ്രാകൃത മൂലധന സഞ്ചയിക്കലിനെ തടയുകയാണുണ്ടായത്. നേരെമറിച്ച്, കൈത്തറി മേഖലയ്ക്ക് ഉല്പാദിപ്പിക്കുന്നതിനുവേണ്ടി ഒരു നിശ്ചിത അളവ് ഭൂമി സംവരണം ചെയ്യപ്പെട്ടു എന്നുമാത്രമല്ല, ആദായവിലയ്ക്ക് ഉല്പന്നങ്ങൾ വാങ്ങുന്നതിന് കാർഷിക വിപണികളിൽ ഇടപെടുകയും ചെയ്തു. ഇത്, കാർഷിക മുതലാളിമാർക്ക്-കുലാക്കുകൾക്കോ ഭൂപ്രഭുക്കൾക്കോ മാത്രം ഒരു വിധത്തിലുള്ള നേട്ടമുണ്ടാക്കുന്നതിനുവേണ്ടി ആയിരുന്നില്ല. അതേപോലെതന്നെ ലോക കമ്പോളത്തിലെ വില വ്യതിയാനങ്ങളിൽനിന്നുള്ള സംരക്ഷണം, സബ്സിഡിയോടുകൂടിയ ഇൻപുട്ടുകൾ, സബ്സിഡിയോടുകൂടിയ സ്ഥാപന വായ്പ, സർക്കാർ നിയന്ത്രണത്തിലുള്ള സേവന വ്യാപനത്തിലൂടെ നടപ്പാക്കപ്പെടുന്ന പുതിയ കൃഷിരീതികളും വിത്തിനങ്ങളും എന്നിങ്ങനെ കൃഷിക്കായുള്ള ഒരുകൂട്ടം നടപടികൾ വലിയൊരു വിഭാഗം കർഷകർക്ക് നേട്ടമുണ്ടാക്കിയതാണ്; എന്നാൽ ഈ നേട്ടത്തിന്റെ സിംഹഭാഗവും നാട്ടിൻപുറങ്ങളിൽ ഉയർന്നുവന്ന മുതലാളിത്ത വർഗ്ഗത്തിന്റെ കീശയിലാണെത്തിയത് എന്നും കാണണം.

അങ്ങനെ നോക്കുമ്പോൾ, പിന്തുടർന്നു വന്നിരുന്ന മുതലാളിത്ത വികസനം അനന്യമായ ഒന്നായിരുന്നു. ഉള്ളിൽനിന്നുള്ള മുതലാളിത്ത വികസനമായിരുന്നു അത്, സാമ്രാജ്യത്വവുമായി വർദ്ധിച്ചുകൊണ്ടിരുന്ന കൂട്ടുകെട്ട് ഉണ്ടായിരുന്നെങ്കിലും പലപ്പോഴും വികസിത മുതലാളിത്ത മൂലധനത്തിന്റെ ചെലവിലായിരുന്നെങ്കിൽപ്പോലും അത് നിർബ്ബന്ധമായും

സാമ്രാജ്യത്വത്തിന്റെ അനുഗ്രഹാശിസ്സുകളോടെ ആയിരുന്നതുമില്ല. ഈ സവിശേഷ സ്വഭാവം കാരണം, അത് സമൂഹത്തിനുള്ളിൽ കൂട്ടിയോജിപ്പിക്കാനാവാത്ത ഒരു വിള്ളലിന് ഇടയാക്കിയില്ല; അതായത്, കോളനി വാഴ്ചയ്ക്കെതിരായ സമരത്തിന്റെ കാലത്ത് ഒരുമിച്ചുനിന്ന് സാമ്രാജ്യത്വത്തോട് പൊരുതിയിരുന്ന വർഗ്ഗങ്ങളുടെ അണികൾക്കുള്ളിൽ നികത്താനാവാത്ത വിടവിന് അത് കാരണമായില്ല എന്നർത്ഥം. മറ്റു വാക്കുകളിൽ പറഞ്ഞാൽ, കൃഷിഭൂമി കൃഷിക്കാരന് എന്നിങ്ങനെയുള്ള കോളനി വാഴ്ചയ്ക്കെതിരായ പോരാട്ടകാലത്തെ വാഗ്ദാനങ്ങൾ പലതും പാലിക്കാതെ ബൂർഷ്വാസി വഞ്ചിച്ചെങ്കിലും സാമ്പത്തിക–സാമൂഹിക കാര്യങ്ങളിൽ സർക്കാർ ഇടപെടുകയും നിയന്ത്രിക്കുകയും ചെയ്യുന്ന നയം പിന്തുടർന്നിരുന്നിടത്തോളം അത് കൊളോണിയൽ വിരുദ്ധ പോരാട്ടത്തെ ആകപ്പാടെ വഞ്ചിച്ചിരുന്നില്ല. ഇതുകൊണ്ടും കൂടിയാണ് ഭരണത്തിനോട് എതിർപ്പ് പുലർത്തിയിരുന്നപ്പോൾ തന്നെ, ബാങ്ക് ദേശസാല്ക്കരണം, പൊതുമേഖലയുടെ വികസനം, വികസിത മുതലാളിത്ത മൂലധനത്തിൽ നിന്നും പ്രകൃതി വിഭവങ്ങൾക്കുമേലുള്ള നിയന്ത്രണം തിരിച്ചുപിടിക്കുന്നതിന് പൊതുമേഖലയെ ഉപയോഗിച്ചത്, ഫെറ (വിദേശ വിനിമയ നിയന്ത്രണ നിയമം–എഫ് ഇ ആർ എ) തുടങ്ങിയ നടപടികൾക്ക് പലതിനും പാർട്ടി പിന്തുണ നല്കിയത്.

ഇവിടെ വികസിതമായിക്കൊണ്ടിരുന്ന മുതലാളിത്തത്തിന്റെ ഈ അനന്യമായ സ്വഭാവം പലരിലും തെറ്റിദ്ധാരണയുണ്ടാക്കിയിട്ടുണ്ട്; ഇതൊരു ബൂർഷ്വാ–ഭൂപ്രഭു ഭരണകൂടമല്ലെന്നും ഒരു 'ഇടക്കാല ഭരണസംവിധാന'മാണിതെന്നുമുള്ള തെറ്റിദ്ധാരണയാണ് ഉയർന്നുവന്നത്; എന്നാൽ ഈ തെറ്റിദ്ധാരണതന്നെ അതിന്റെ അനന്യമായ സ്വഭാവത്തിന്റെ സാക്ഷ്യപത്രമാണ്. നാല് കാരണങ്ങളാൽ ഈ വികസനമാതൃകയ്ക്ക് നീണ്ടുനില്ക്കാൻ കഴിഞ്ഞില്ല.

ഒന്നാമത്തേത്, സോവിയറ്റ് യൂണിയന്റെ തകർച്ച അത്തരമൊരു വികസന പരിപ്രേക്ഷ്യം അസാദ്ധ്യമാക്കി; രണ്ടാമത്തേത്, സ്വാതന്ത്ര്യാനന്തര ഭരണകൂടത്തെ ബാധിച്ച ധനപ്രതിസന്ധി മറ്റു പലതിനുമൊപ്പം ബൂർഷ്വാസിയും ഭൂപ്രഭുക്കളും നടത്തിയ നികുതി വെട്ടിപ്പുമൂലം വർദ്ധിച്ചുവന്നതാണ്; മൂന്നാമത്തേത്, വികസിത മുതലാളിത്ത രാജ്യങ്ങളിലെ ബാങ്കുകളിൽ ധനമൂലധനത്തിന്റെ വളരെ വലിയ ചേരികളുടെ രൂപീകരണമാണ്, പ്രത്യേകിച്ചും 1970 കളിലെ 'ഓയിൽ ഷോക്കി'നെ തുടർന്ന്; ബ്രെട്ടൺവുഡ്സ് സംവിധാനത്തിന്റെ തകർച്ചയെ തുടർന്ന് (ഇതുപോലും ഭാഗികമായി ഈ ധനമൂലധനത്തിന്റെ തന്നെ കൈക്രിയയായിരുന്നു) ഈ ധനമൂലധനം ആഗോളമായി മാറുകയും ഇന്ത്യയെപ്പോലെയുള്ള രാജ്യങ്ങൾക്ക് വായ്പകൾ നല്കാൻ ധനകമ്മിയെ അത് മുതലെടുക്കുകയും ചെയ്തതാണ്; നാലാമത്തേത്, കൊളോണിയൽ കാലഘട്ടത്തിൽനിന്നു വ്യത്യസ്തമായി ദരിദ്രർക്കനുകൂലമായ പല കാര്യങ്ങളിൽ സർക്കാർ ഇടപെടുകയും നിയന്ത്രിക്കുകയും ചെയ്യുന്ന സംവിധാനത്തിന് (*dirigiste regime*) ദരിദ്രരുടെ പിന്തുണ ആർജ്ജിക്കാനായില്ല.

ഇപ്പോഴത്തെ ആഗോളവല്കൃത ധനമൂലധനത്തിന്റെ ആഭിമുഖ്യത്തിലുള്ള വാഴ്ച പ്രതിനിധാനം ചെയ്യുന്നത് ഡിറിജിസ്റ്റെ കാലഘട്ടത്തിലെ അനന്യമായ വിധത്തിലുള്ള മുതലാളിത്തത്തിൽനിന്നും വ്യത്യസ്തമായി ഏറ്റവും യാഥാസ്ഥിതികമായ തരത്തിൽ മുതലാളിത്തം നടപ്പാക്കുന്നതിനെയാണ്. നവലിബറലിസത്തിൻ കീഴിൽ ഭരണകൂടം ഭരണവർഗ്ഗങ്ങളുടെ, പ്രത്യേകിച്ചും ആഗോളവല്കൃത ധനമൂലധനവുമായി ഏറ്റവും അടുത്ത് സമന്വയിക്കപ്പെട്ടിട്ടുള്ള കോർപ്പറേറ്റ്– ധനകാര്യ പ്രഭുക്കളുടെ, താല്പര്യങ്ങൾ കൂടുതൽ പ്രത്യേകമായും പ്രോത്സാഹിപ്പിക്കുകയാണ്; മാത്രമല്ല ആഗോളവല്കൃത ധനമൂലധനത്തെത്തന്നെ നവലിബറൽ കാലത്ത് ഭരണകൂടം നേരിട്ട് ഒത്താശ ചെയ്യുന്നുമുണ്ട് (അങ്ങനെ ചെയ്തില്ലെങ്കിൽ പുറത്തേക്കുള്ള മൂലധന പ്രവാഹം ഉണ്ടാകുമെന്ന് ഭരണകൂടം ഭയക്കുന്നു). ഇപ്പോൾ സാമ്രാജ്യത്വവുമായി എതിരിട്ടുകൊണ്ട് ആപേക്ഷികമായ സ്വയംഭരണം വേണമെന്ന മോഹം കൈവെടിഞ്ഞ് വൻകിട ബൂർഷ്വാസി വികസിത മുതലാളിത്ത രാജ്യങ്ങളിലെ മൂലധനവുമായി കൂടുതൽ അടുത്ത് അണിചേരുന്നതോടെ രാജ്യത്തിനുള്ളിൽ പൊരുത്തപ്പെടുത്താനാവാത്ത തരത്തിലുള്ള ഒരു വിടവ് വളർന്നുവരികയാണ്.

ചെറുകിട ഉല്പാദനത്തിനും കർഷകാധിഷ്ഠിത കൃഷിക്കും നല്കിയിരുന്ന വലിയൊരു പരിധിവരെയുള്ള പിന്തുണ നവലിബറൽ വാഴ്ചയിൽ പിൻവലിക്കുകയാണ്; ഈ നടപടി ആ മേഖലകളെ കൂടുതൽ ദുർബ്ബലമാക്കുന്നു. മൂലധനത്തിന്റെ പ്രാകൃത സഞ്ചയിക്കൽ പ്രക്രിയ കർഷകാധിഷ്ഠിത സമ്പദ്ഘടനയ്ക്കുമേൽ അഴിച്ചുവിടപ്പെട്ടിരിക്കുകയാണ്. ഗ്രാമീണ സമ്പദ്ഘടനയ്ക്കുള്ളിൽനിന്നു മാത്രമല്ല (ഭൂപ്രഭുക്കൾ കുടിയാന്മാരെ ഒഴിപ്പിക്കുന്നതിലൂടെ) മറിച്ച് പുറത്തുനിന്നുള്ള അഗ്രി–ബിസിനസുകാരും വൻകിട മൂലധനവും ഈ പ്രക്രിയ നടത്തുന്നു; അതേപോലെതന്നെ നവലിബറൽ ഭരണകൂടവും ചെറുകിട ഉല്പാദനമേഖലയ്ക്കുമേൽ പ്രാകൃത സഞ്ചയിക്കൽ പ്രക്രിയയെ കെട്ടഴിച്ചുവിടുകയാണ്. ഉദാഹരണത്തിന്, നാണയ നിരോധനത്തിലൂടെയും ജി എസ് ടി സംവിധാനത്തിലേക്കുള്ള ചുവടുമാറ്റത്തിലൂടെയും സർക്കാർ അതാണ് ചെയ്തത്. ഈ മേഖലയ്ക്കായി ഉല്പന്നങ്ങൾ സംവരണം ചെയ്യുന്നത് ഒഴിവാക്കപ്പെട്ടിരിക്കുകയാണ്. കുടിയൊഴിപ്പിക്കപ്പെടുന്ന കൃഷിക്കാരും ചെറുകിട ഉല്പാദകരും തൊഴിലന്വേഷിച്ച് പട്ടണങ്ങളിലേക്ക് നീങ്ങുന്നു; എന്നാൽ മുൻപ് ലൈസൻസിങ് സമ്പ്രദായം നിർബ്ബന്ധിതമാക്കിയിരുന്ന സമ്പദ്ഘടനയിലെ സാങ്കേതികവിദ്യാപരവും ഘടനാപരവുമായ മാറ്റത്തിനുമേലുള്ള എല്ലാ തടസ്സങ്ങളും ഉപേക്ഷിച്ചതുമൂലം തൊഴിലവസരങ്ങൾ ഇപ്പോൾ അപൂർവ്വങ്ങളായി മാറുന്നു. തൊഴിലാളികളുടെ പെരുകിവരുന്ന കരുതൽ സേന സംഘടിത തൊഴിലാളികളിൽ വലിയൊരു വിഭാഗത്തിന്റെ സ്ഥിതിയും വഷളാക്കുന്നു. കർഷകർ, കർഷകത്തൊഴിലാളികൾ, ചെറുകിട

ഉല്പാദകർ, സംഘടിത തൊഴിലാളികൾ എന്നീ വിഭാഗങ്ങളുടെയെല്ലാം ഭാഗധേയം രക്ഷപ്പെടാൻ സാധിക്കാത്തവിധം കെട്ടുപിണഞ്ഞു കിടക്കുകയാണ്; ഈ ഭാഗധേയമാകട്ടെ വളരെ വലിയ തോതിൽ വഷളായിക്കൊണ്ടിരിക്കുകയുമാണ്; ഇത് സാമ്പത്തിക അസമത്വം വലിയ തോതിൽ വർദ്ധിക്കാൻ ഇടയാക്കുന്നുവെന്നു മാത്രമല്ല, മറിച്ച് ദാരിദ്ര്യം പെരുകുന്നതിനും കാരണമാകുന്നു.

എന്നാൽ അതേസമയം തന്നെ നവലിബറലിസം വികസിത മുതലാളിത്ത രാജ്യങ്ങളിൽനിന്ന് ഇന്ത്യൻ സമ്പദ്ഘടനയിലേക്ക് വലിയൊരു നിര പ്രവർത്തനങ്ങളെ, പ്രത്യേകിച്ചും സേവനമേഖലയിലെ പ്രവർത്തനങ്ങളെ (ഐ ടി അധിഷ്ഠിത സേവനങ്ങൾ), മാറ്റുന്നതിന് നീക്കിവയ്ക്കുകയാണ്; തന്മൂലം മറ്റു പലതിനുമൊപ്പം ഇതും സമ്പദ്ഘടനയിൽ ജിഡിപി വളർച്ചാ നിരക്ക് വർദ്ധിപ്പിക്കുന്നു. ചുവടെ ചേർക്കുന്ന വാദഗതി മൂലം ഇത് പാർട്ടിക്കുമുന്നിൽ പുതിയൊരു വെല്ലുവിളി ഉയർത്തുന്നു.

മാർക്സ് *അർത്ഥശാസ്ത്ര വിമർശനത്തിനൊരു മുഖവുര* എന്ന കൃതിയുടെ ആമുഖത്തിൽ ഒരു ഉല്പാദന രീതി(mode of production) ചരിത്രപരമായി കാലഹരണപ്പെടുന്നതിനെക്കുറിച്ച് പറയുന്നുണ്ട്; ഉല്പാദന രീതിയുമായി ബന്ധപ്പെട്ട ഉല്പാദന ബന്ധങ്ങൾ ഉല്പാദനശക്തികളുടെ വികാസത്തിന് വിലങ്ങുതടിയായി മാറുമ്പോഴാണ് അങ്ങനെ കാലഹരണപ്പെടുന്നത്. ഉല്പാദനശക്തികൾ വികസിച്ചുകൊണ്ടിരിക്കുന്നിടത്തോളം ആ ഉല്പാദനരീതിയും ചരിത്രപരമായി പുരോഗമനപരം തന്നെയായി തുടരുന്നുവെന്നതാണ് ഇതിൽനിന്ന് പലപ്പോഴും എത്തിച്ചേരുന്ന നിഗമനം. ഉല്പാദനശക്തികളുടെ വികാസത്തിന്റെ പ്രകടമായ സൂചിക ജി ഡി പിയുടെ വളർച്ചാനിരക്കാണ്; ഈ വളർച്ച ദ്രുതഗതിയിൽ ആയിരിക്കുന്നിടത്തോളം ഒരു ഭരണകൂടത്തെ അതിന്റെ അനീതിയുടെയും ചൂഷണ സ്വഭാവത്തിന്റെയും പേരിൽ എതിർക്കുന്നത് ചരിത്രപരമായി അനുചിതമാണെന്നുള്ള നിഗമനമാണ് ഇതേത്തുടർന്നുണ്ടാകുന്നത്. ഈ വാദഗതി ഉയർത്തുന്ന കമ്യൂണിസ്റ്റുകാർ നവലിബറൽ ആഗോളവല്ക്കരണത്തെ എതിർക്കുന്നില്ല; മറിച്ച് ചില വിമർശനങ്ങളോടുകൂടിയാണെങ്കിലും അതിനെ സ്വീകരിക്കാൻ മറ്റു രാഷ്ട്രീയശക്തികളുമായി കൈകോർക്കുന്നു.

എന്നാൽ ഈ വാദഗതിയെ സൂക്ഷ്മപരിശോധനയ്ക്ക് വിധേയമാക്കാതിരിക്കാനാവില്ല. വിപ്ലവത്തിനു മുൻപുള്ള റഷ്യ അഭൂതപൂർവ്വമായ വിധത്തിലുള്ള സാമ്പത്തിക വളർച്ചാനിരക്ക് പ്രത്യേകിച്ചും വ്യാവസായിക വളർച്ചയുടെ കാര്യത്തിൽ അനുഭവിക്കുകയായിരുന്നുവെന്ന് സാമ്പത്തിക ചരിത്രകാരന്മാർ സമ്മതിക്കുന്നു; അതേസമയം വികസിത മുതലാളിത്ത ലോകവും മൊത്തത്തിൽ നീണ്ടുനില്ക്കുന്ന സാമ്പത്തിക വളർച്ചയ്ക്ക് സാക്ഷ്യം വഹിക്കുകയായിരുന്നു; എന്നിട്ടും ആ കാലത്തെ മുതലാളിത്തത്തെ ‘മൃതപ്രായമായത്’ എന്നു വിശേഷിപ്പിക്കാൻ ലെനിന് ഒരു മടിയുമുണ്ടായില്ല. ചുരുക്കത്തിൽ, ജി ഡി പി വളർച്ചയെ ഒരു ഉല്പാദന രീതിയുടെ ചരിത്രപരമായ അവസ്ഥയെ അടയാളപ്പെടുത്തുന്ന കാര്യമായി

കണക്കാക്കുന്നത് ചരക്ക് വിധി വിശ്വാസത്തിന്റെ (Fetiscism) ഒരു രൂപമാണ്; 'വസ്തുക്കളുടെ' ലോകത്ത്, 'ബന്ധങ്ങളുടെ' ലോകത്തെ ഉൾപ്പെടുത്തുന്ന പ്രതിഭാസത്തെ അടയാളപ്പെടുത്താൻ ശ്രമിക്കുന്ന ഏർപ്പാടാണത്.

മറ്റു രാഷ്ട്രീയശക്തികൾ നവലിബറൽ ആഗോളവല്ക്കരണത്തെ സ്വീകരിക്കുമ്പോൾ, പാർട്ടി മറ്റ് ഇടതുരാഷ്ട്രീയ ശക്തികൾക്കൊപ്പം ദൃഢചിത്തതയോടെ അതിനെ എതിർക്കുകയാണ്. നവലിബറൽ ആഗോളവല്ക്കരണത്തെ പുരോഗതിയുടെ സൂചനയായി അംഗീകരിക്കാതെ അതിന്റെ ഇരകളായ കർഷകർക്കും തൊഴിലാളികൾക്കുമൊപ്പമാണ് ഇടതുപക്ഷം നിലയുറപ്പിച്ചത്; മറ്റു രാജ്യങ്ങളിലെ നിരവധി ഇടതുസംഘടനകളും പ്രത്യക്ഷമായോ പരോക്ഷമായോ ഇതുതന്നെയാണ് ചെയ്യുന്നത്.

ഇത് നിരവധി പ്രായോഗിക പ്രശ്നങ്ങൾ ഉയർത്തിക്കൊണ്ടുവന്നു. ഡിറിജിസ്റ്റെ ഭരണത്തിൻകീഴിൽ മറ്റുള്ളവരിൽനിന്നും കമ്യൂണിസ്റ്റുകാരെ വേർതിരിച്ചു നിർത്തിയിരുന്ന ഒരു നടപടി ഭൂപരിഷ്കരണമാണ്. കമ്യൂണിസ്റ്റു പാർട്ടിയുടെ ഗവൺമെന്റ് അധികാരത്തിൽ വന്നപ്പോൾ, അതിനു മുന്നിലുള്ള കടമ വളരെ വ്യക്തമായിരുന്നു–അതായത് ഭൂപരിഷ്കരണം നടപ്പാക്കൽ. എന്നാൽ, ഭൂപരിഷ്കരണം വലിയൊരളവോളം പൂർത്തീകരിക്കപ്പെട്ടപ്പോൾ അടുത്ത കടമയെന്തെന്നത് വ്യക്തമായിരുന്നില്ല. വ്യവസായവല്ക്കരണം ആവശ്യമായിരിക്കവെതന്നെ, അത് എന്തുരൂപം കൈക്കൊള്ളണമെന്നതും ഏതു വിധത്തിൽ അത് ബാധകമാക്കണമെന്നതും സംബന്ധിച്ച് തീരുമാനമെടുക്കാൻ നവലിബറൽ വാഴ്ചയ്ക്കു കീഴിൽ സംസ്ഥാന ഗവൺമെന്റുകൾക്ക് (കമ്യൂണിസ്റ്റുകാർക്ക് അധികാരമുള്ളത് അവയിലാണല്ലോ) കാര്യമായ സ്വാതന്ത്ര്യമൊന്നുമില്ല. ആയതിനാൽ, ഇത്തരമൊരു സംവിധാനത്തിനുള്ളിൽ പ്രവർത്തിക്കുന്ന കമ്യൂണിസ്റ്റ് നേതൃത്വത്തിലുള്ള സംസ്ഥാന ഗവൺമെന്റുകൾ വ്യവസായവല്ക്കരണം നടപ്പാക്കുന്നതിന് മറ്റു സംസ്ഥാന ഗവൺമെന്റുകളെ അനുകരിക്കാൻ നിർബ്ബന്ധിതരാകുന്നു. കൂടുതൽ ചിന്തിക്കേണ്ടതുള്ളതും പല പരീക്ഷണങ്ങളും ആവശ്യമുള്ളതുമായ ഒരു മേഖലയാണിത്.

എന്നാൽ, നവലിബറൽ ആഗോളവല്ക്കരണം തന്നെ ഇപ്പോൾ വഴിമുട്ടി നില്ക്കുകയാണ്; അതിന്റെ ലക്ഷണമാണ് ലോകത്തിന്റെ നാനാഭാഗങ്ങളിൽ കൂണുപോലെ പൊട്ടിമുളയ്ക്കുന്ന സ്വേച്ഛാധിപത്യ/ഫാസിസ്റ്റ് വാഴ്ചകൾ; കാലഹരണപ്പെട്ട നവലിബറൽ മുതലാളിത്തത്തിന്റെ സംരക്ഷണത്തിനായി ഒരേസമയം അടിച്ചമർത്തൽ നടപടികളിലൂടെയും ശത്രുവെന്ന നിലയിൽ 'അപര'നിലേക്ക് ശ്രദ്ധതിരിക്കുന്നതിലൂടെയും ഈ ഫാസിസ്റ്റ് വാഴ്ചകൾ ശ്രമിക്കുന്നു. ഈ ദശാസന്ധിയെ അതിജീവിക്കുന്നതാണ് ഈ നൂറാം വാർഷികത്തിൽ ഇന്ത്യൻ കമ്യൂണിസത്തിനുമുന്നിലുള്ള പുതിയ വെല്ലുവിളി.

കമ്യൂണിസ്റ്റുകാർ: മതനിരപേക്ഷ ജനാധിപത്യത്തിന്റെ ദൃഢചിത്തരായ സംരക്ഷകർ

സീതാറാം യെച്ചൂരി

ആയിരത്തിത്തൊള്ളായിരത്തി ഇരുപത് ഒക്ടോബർ 17 ന് കമ്യൂണിസ്റ്റ് പാർട്ടി ഓഫ് ഇന്ത്യ സ്ഥാപിക്കപ്പെട്ടതിന്റെ 100–ാം വാർഷികം അടയാളപ്പെടുത്തുന്നതിനുള്ള, ഒരു വർഷംനീണ്ട ആഘോഷങ്ങളുടെ സമാപനത്തിലേക്ക് എത്തിച്ചേരുകയാണ് നാം ഇപ്പോൾ.

കോവിഡ് 19 മഹാമാരിയും നീണ്ടുനിന്ന ദേശീയ ലോക്ഡൗണും ശാരീരിക അകലം പാലിക്കുന്നതിനുള്ള നിയന്ത്രണങ്ങളുമെല്ലാം നാം ഉദ്ദേശിച്ച തരത്തിലുള്ള ശതവാർഷികാഘോഷ പരിപാടികൾ മികച്ച രീതിയിൽ നടത്തുന്നതിൽ വിഘാതം സൃഷ്ടിച്ചു. എന്നിരുന്നാലും, ഈ പരിമിതികൾക്കുള്ളിൽനിന്നുതന്നെ, വെർചൽ മാധ്യമവും ഡിജിറ്റൽ വിവര വിനിമയ വിദ്യയും ഉപയോഗിച്ച്, കഴിഞ്ഞ ഒരു നൂറ്റാണ്ടിനിടയിൽ ഇന്ത്യാ ചരിത്രത്തിന്റെ വിവിധ ഘട്ടങ്ങളിൽ കമ്യൂണിസ്റ്റുകാർ വഹിച്ച പങ്ക് ഉയർത്തിക്കാണിക്കുന്ന പരിപാടികൾ പാർട്ടി സംഘടിപ്പിക്കുകയുണ്ടായി.

അജണ്ട രൂപപ്പെടുത്തൽ

സ്വാതന്ത്ര്യസമര കാലത്തും തുടർന്നും അസംഖ്യം വിപ്ലവകാരികളുടെയും രക്തസാക്ഷികളുടെയും അളവറ്റ ത്യാഗങ്ങളിലൂടെ ഇന്ത്യാ ചരിത്രത്തിന്റെ ഉരുവംകൊള്ളലിൽ പാർട്ടി നയിച്ച മഹത്തായ സമരങ്ങൾ എങ്ങനെ സംഭാവനചെയ്തുവെന്ന് ഞങ്ങൾ ചൂണ്ടിക്കാണിക്കുകയുണ്ടായി. ജനങ്ങളുടെ യഥാർത്ഥ പ്രശ്നങ്ങളും വിഷയങ്ങളും ദേശീയ അജണ്ടയിലേക്ക് കൊണ്ടുവരുന്നതിൽ കമ്യൂണിസ്റ്റു പാർട്ടി പ്രധാന സംഭാവനയാണ് നല്കിയത്.

ഇന്ത്യയുടെ അളവറ്റ വൈവിദ്ധ്യങ്ങളെ അംഗീകരിക്കൽ, നമ്മുടെ രാജ്യത്ത് നിലനില്ക്കുന്ന നാനാഭാഷകൾക്കുമുള്ള തുല്യത അംഗീകരി

ക്കുകയും ഉറപ്പുവരുത്തുകയും ചെയ്യേണ്ടതിന്റെ ആവശ്യകത എന്നിവയാണ് രാജ്യത്തിന്റെ വിവിധ ഭാഗങ്ങളിൽ ഭാഷാടിസ്ഥാനത്തിലുള്ള പുനഃസംഘടനയ്ക്കായുള്ള സമരങ്ങളിലേക്ക് നയിച്ചത്; ഈ സമരങ്ങൾക്ക് നേതൃത്വം നല്കിയത് മറ്റുള്ളവർക്കൊപ്പം കമ്യൂണിസ്റ്റുകാരായിരുന്നു. കമ്യൂണിസ്റ്റുകാർ നേതൃത്വം നല്കി രാജ്യത്തുടനീളം നടന്ന മഹത്തായ ഭൂസമരങ്ങളാണ് ഭൂപരിഷ്കരണ പ്രശ്നത്തെ ദേശീയ അജണ്ടയിലേക്ക് കൊണ്ടുവന്നത്. വിഭാഗീയവും പുറന്തള്ളലിന്റേതുമായ ദേശീയതാ സങ്കല്പനത്തിനെതിരായി എല്ലാവരെയും ഉൾക്കൊള്ളുന്ന ദേശീയത എന്നതിന്റെ ഉരുത്തിരിയലിന് ഇന്ത്യൻ കമ്യൂണിസ്റ്റുകാർ നല്കിയ സംഭാവന പ്രാധാന്യമർഹിക്കുന്നതാണ്.

കാഴ്ചപ്പാടുകളുടെ ഏറ്റുമുട്ടൽ

സ്വാതന്ത്ര്യസമരത്തിന്റെ ഗതിക്കിടയിൽ ഉയർന്നുവന്ന മൂന്ന് കാഴ്ചപ്പാടുകൾ തമ്മിലുള്ള നിരന്തരപോരാട്ടത്തിന്റെ ഉല്പന്നമായിരുന്നു എല്ലാവരെയും ഉൾക്കൊള്ളുന്ന ഇന്ത്യ എന്ന സങ്കല്പനത്തിന്റെ ഉയർന്നുവരവ്. മുഖ്യധാരയിലെ കോൺഗ്രസ് കാഴ്ചപ്പാട് സ്വതന്ത്ര ഇന്ത്യ മതനിരപേക്ഷ ജനാധിപത്യ റിപ്പബ്ലിക് ആയിരിക്കണം എന്നതായിരുന്നു. ഇത് അംഗീകരിക്കുമ്പോൾത്തന്നെ കമ്യൂണിസ്റ്റുകാർ ഒരുപടികൂടി മുന്നോട്ടുകടന്ന് ഇത്തരമൊരു മതനിരപേക്ഷ ജനാധിപത്യ റിപ്പബ്ലിക് സുസ്ഥിരമാകണമെങ്കിൽ സ്വതന്ത്ര ഇന്ത്യ മുതലാളിത്ത വികസന പാത പിന്തുടരാൻ പാടില്ലെന്നും കൂടി പറഞ്ഞു. അങ്ങനെ നാം കരസ്ഥമാക്കിയ രാഷ്ട്രീയ സ്വാതന്ത്ര്യത്തെ ഓരോ ഇന്ത്യക്കാരനുമുള്ള സാമൂഹിക – സാമ്പത്തിക സ്വാതന്ത്ര്യമായി വിപുലപ്പെടുത്തണം എന്ന് കമ്യൂണിസ്റ്റുകാർ വിഭാവനം ചെയ്തു – ഇതാകട്ടെ സോഷ്യലിസത്തിൻകീഴിൽ മാത്രമേ സാദ്ധ്യമാകൂ.

ഇത് രണ്ടിനും എതിരായ മൂന്നാമത്തെ കാഴ്ചപ്പാട്, സ്വതന്ത്ര ഇന്ത്യയുടെ സ്വഭാവം നിർണ്ണയിക്കേണ്ടത് അതിലെ ജനങ്ങളുടെ മതപരമായ യോജിപ്പ് അനുസരിച്ചായിരിക്കണം എന്നതാണ്. ഈ കാഴ്ചപ്പാട് രണ്ട് വിധത്തിൽ പ്രകടിപ്പിക്കപ്പെട്ടിരുന്നു – 'ഇസ്ലാമിക ഭരണകൂടം' എന്നതിന്റെ വക്താക്കളായി മുസ്ലീംലീഗും 'ഹിന്ദു രാഷ്ട്ര'ത്തിന്റെ വക്താക്കളായി ആർ എസ് എസും. ആദ്യം പറഞ്ഞ കൂട്ടർ വിജയിച്ചത് രാജ്യത്തിന്റെ ദൗർഭാഗ്യകരമായ വിഭജനത്തോടുകൂടിയാണ്; ബ്രിട്ടീഷുകാരുടെ പ്രേരണയും സഹായവും ആസൂത്രണവുമെല്ലാം അതിനുണ്ടായിരുന്നു; ആ വിഭജനത്തിന്റെ അനന്തരഫലങ്ങളാണ് ഇപ്പോഴും തുടരുന്ന വർദ്ധിച്ചുവരുന്ന സംഘർഷങ്ങൾ; സ്വാതന്ത്ര്യം ലഭിച്ചകാലത്ത് തങ്ങളുടെ ലക്ഷ്യം നേടുന്നതിൽ പരാജിതരായ രണ്ടാമത്തെ കൂട്ടർ സ്വതന്ത്ര മതനിരപേക്ഷ ജനാധിപത്യ ഇന്ത്യയെ പേ പിടിച്ചതുപോലുള്ള അസഹിഷ്ണുത നിറഞ്ഞ ഫാസിസ്റ്റ് പ്രവണതയോടുകൂടിയ 'ഹിന്ദുരാഷ്ട്ര'മാക്കി മാറ്റുന്നതിനുള്ള നീക്കം തുടരുകയാണ്.

ഇന്നത്തെ പ്രത്യയശാസ്ത്ര പോരാട്ടങ്ങളും രാഷ്ട്രീയ സംഘർഷ

ങ്ങളും ഒരുവിധത്തിൽ പറഞ്ഞാൽ ഈ മൂന്ന് കാഴ്ചപ്പാടുകൾ തമ്മിലുള്ള പോരാട്ടത്തിന്റെ തുടർച്ച തന്നെയാണ്.

മതനിരപേക്ഷ ജനാധിപത്യം

എല്ലാവരെയും ഉൾക്കൊള്ളുന്ന ഇന്ത്യ എന്ന കമ്യൂണിസ്റ്റ് കാഴ്ചപ്പാടിനോട് അവിഭാജ്യമായി ചേർന്നു നില്ക്കുന്നതാണ് മതനിരപേക്ഷതയും ജനാധിപത്യവും വ്യതിരിക്തങ്ങളായ, വേർതിരിക്കപ്പെട്ട ഘടകങ്ങളല്ല എന്ന വസ്തുതയെ അംഗീകരിക്കൽ. ഇന്ത്യയുടെ യാഥാർത്ഥ്യം കണക്കിലെടുത്താൽ, അവ സഹജമായിത്തന്നെ അവിഭാജ്യമാണ്. എല്ലാവർക്കും തുല്യത അനുവദിക്കലും അതിനെ സംരക്ഷിക്കലും ഇന്ത്യയുടെ നാനാത്വത്തിന്റെ സവിശേഷതയാണ്; മതന്യൂനപക്ഷങ്ങൾക്ക് സംരക്ഷണം നല്കൽ പ്രത്യേകിച്ചും ജനാധിപത്യത്തിന്റെ അനുപേക്ഷണീയമായ ഘടകമാണ്. അതേപോലെ തന്നെ ജനാധിപത്യാവകാശങ്ങളും പൗരസ്വാതന്ത്ര്യങ്ങളും കൂടാതെ മതനിരപേക്ഷതയ്ക്ക് സുസ്ഥിരമായി നില്ക്കാനാവില്ല. വാസ്തവത്തിൽ തുല്യതയുടെ – സാമ്പത്തികവും രാഷ്ട്രീയവും സാമൂഹികവുമായ തുല്യതയുടെ – ഭരണഘടനാപരമായ ഉറപ്പ് ഊർജസ്വലമായ ജനാധിപത്യം കൂടാതെ സ്ഥാപിച്ചെടുക്കാൻ കഴിയില്ല. ഇന്ത്യയിൽ ഇത്തരമൊരു മതനിരപേക്ഷ ജനാധിപത്യത്തെ അതിശക്തമായി ഉയർത്തിപ്പിടിച്ചത് എക്കാലത്തും കമ്യൂണിസ്റ്റുകാരായിരുന്നു – ഇന്നലെയും ഇന്നും നാളെയും അങ്ങനെതന്നെ!

വാസ്തവത്തിൽ, 1920 ൽത്തന്നെ, സി പി ഐയുടെ രൂപീകരണം കഴിഞ്ഞ ഉടൻതന്നെ എം എൻ റോയി 1920 ൽ വർഗ്ഗീയ ലഹളകൾ പടർന്നുപിടിച്ചതിന്റെ പശ്ചാത്തലത്തിൽ പാർട്ടിയുടെ പേരിൽ എഴുതിയത്, വർഗ്ഗീയ ചേരിതിരിവിനുള്ള ഒരേയൊരു മറുമരുന്ന് എല്ലാ ജാതികളിലും സമുദായങ്ങളിലും ഉൾപ്പെടുന്ന അദ്ധ്വാനിക്കുന്ന ജനങ്ങളുടെ വർഗ്ഗ ഐക്യമാണ് എന്നാണ്. പാർട്ടി നിലവിൽവന്ന ശേഷമുള്ള കഴിഞ്ഞ ഒരു നൂറ്റാണ്ടിനിടയിൽ ഉടനീളം കമ്യൂണിസ്റ്റുകാരുടെ പ്രവർത്തനത്തിൽ ഊന്നൽ നല്കിയത് 'അദ്ധ്വാനിക്കുന്നവരുടെ ഈ ഐക്യം' ശക്തിപ്പെടുത്തുന്നതിനായിരുന്നു.

ഇപ്പോൾ പരക്കെ അറിയപ്പെടുന്നതുപോലെ, 1920 ൽ കമ്യൂണിസ്റ്റ് പാർട്ടി സ്ഥാപിച്ചതു മുതൽ തന്നെ ഇന്ത്യൻ നാഷണൽ കോൺഗ്രസിന്റെ ഓരോ വാർഷിക സമ്മേളനത്തിലും ദേശീയ പ്രസ്ഥാനത്തിന്റെ അജണ്ട എന്തായിരിക്കണം എന്നത് സംബന്ധിച്ച ഒരു മാനിഫെസ്റ്റോ സി പി ഐ അവതരിപ്പിച്ചിരുന്നു (അഹമ്മദാബാദ്, 1921; ഗയ 1922 എന്നിങ്ങനെ).

ഇവയിൽ 1926 ലെ ഗൗഹാത്തി സമ്മേളനത്തിൽ സമർപ്പിച്ച മാനിഫെസ്റ്റോ രാജ്യത്ത് നടന്നുകൊണ്ടിരുന്ന ഭീകരമായ വർഗ്ഗീയ സംഘട്ടനങ്ങൾ കൈകാര്യം ചെയ്യുന്നതിൽ ഊന്നിയതായിരുന്നു. അദ്ധ്വാനിക്കുന്നവരുടെ ഐക്യം ശക്തിപ്പെടുത്തുന്നതിന് കോൺഗ്രസ് സമ്മേളനത്തോട് ആഹ്വാനം ചെയ്തുകൊണ്ട് ഈ മാനിഫെസ്റ്റോ ഇങ്ങനെ പറഞ്ഞു:

കഴിഞ്ഞ കാലങ്ങളായി രാജ്യത്തെ നശിപ്പിച്ചുകൊണ്ടിരുന്ന വർഗ്ഗീയ സംഘട്ടനങ്ങൾ ഒട്ടേറെപ്പേരെ നിരുത്സാഹപ്പെടുത്തിയിരിക്കണം. നിശ്ചയമായും മനുഷ്യനെ നിരുത്സാഹപ്പെടുത്തുന്ന ഒരു പ്രതിഭാസം തന്നെയാണത്. എന്നാൽ ഇവിടെ വീണ്ടും ജനങ്ങളുടേതായ ഒരു പാർട്ടിക്ക് ഇതിനൊരു പരിഹാരം കണ്ടെത്താനാകും. ഉപരിവർഗ്ഗങ്ങൾ അവകാശങ്ങൾക്കും പ്രത്യേകാധികാരങ്ങൾക്കുംവേണ്ടി പോരടിക്കുമ്പോൾ ഇരുസമുദായങ്ങളിലെയും സാധാരണ ജനങ്ങൾക്ക് പൊതുവായി അതീവ നിർണ്ണായകമായ ഒരു കാര്യമാണുള്ളത്. അതാണ് ചൂഷണം. ഹിന്ദു തൊഴിലാളികളും മുസ്ലീം തൊഴിലാളികളും ഒരേ ഫാക്ടറിയിൽ വിയർപ്പൊഴുക്കുകയാണ്. ഹിന്ദുക്കളായ കർഷകരും മുസ്ലീം കർഷകരും തോളോടുതോളുരുമ്മിനിന്ന് മണ്ണിൽ പണിയെടുക്കുകയാണ്; ഇവർ ഇരുകൂട്ടരെയും ഭൂപ്രഭുക്കളും ഹുണ്ടികകളും സാമ്രാജ്യത്വത്തിന്റെ ദല്ലാളന്മാരും കൊള്ളയടിക്കുകയുമാണ്. മുസ്ലീം തൊഴിലാളിക്ക് തന്റെ അതേ സമുദായക്കാരനായ തൊഴിലുടമയിൽനിന്ന് നല്ല കൂലി ലഭിക്കുന്നില്ല. അതേപോലെ തന്നെ ഹിന്ദു ഭൂപ്രഭു, മുസ്ലീം കുടിയാന്മാരിൽനിന്നും ഈടാക്കുന്നതിലും കുറഞ്ഞ പാട്ടമായിരിക്കില്ല ഹിന്ദു കുടിയാനിൽനിന്നും ഈടാക്കുന്നത്.

ചൂഷിതരായ ഇടത്തരം വർഗ്ഗങ്ങളുടെ കാര്യത്തിലും (ചെറുകിട ബുദ്ധിജീവികൾ, ചെറുകിട കച്ചവടക്കാർ, കൈത്തൊഴിലുകാർ തുടങ്ങിയവർ) പൊതുവെ ഇതേ കാര്യങ്ങൾ തന്നെ ബാധകമാണ്. മൊത്തം ജനസംഖ്യയിലെ 98 ശതമാനംപേരും ചൂഷണത്തിന്റെ പൊതുവായ ബന്ധനത്തിലാണ്; അങ്ങനെ ഒന്നിച്ചുനില്ക്കേണ്ട ആ വിഭാഗങ്ങൾ വർഗ്ഗീയ സംഘട്ടനങ്ങളിൽ ഏർപ്പെടുന്നതിൽ ഒരു യുക്തിയുമില്ല. തങ്ങളുടെ സാമ്പത്തിക താല്പര്യങ്ങളെക്കുറിച്ച് ബോദ്ധ്യമുള്ളവരാകാൻ അവരെ സഹായിക്കുക; അവരുടെ പൊതുശത്രുവിനെതിരായി, ചൂഷണത്തിന്റെ ശക്തികൾക്കെതിരായി പൊരുതുന്നതിന് അവർക്ക് ധീരമായ നേതൃത്വം നല്കുക; അപ്പോൾ സമൂഹത്തിന്റെ അടിത്തട്ടിലുള്ളവർ വർഗ്ഗീയ സംഘട്ടനങ്ങളിൽ ഏർപ്പെടുകയെന്ന വഞ്ചനാത്മകമായ നയത്തിൽനിന്നും മാറിനില്ക്കും. രായ്ക്കുരാമാനം ഇത് നടപ്പാക്കാനാവില്ലെന്നത് സത്യം തന്നെയാണ്. എന്നാൽ ദേശീയ പ്രസ്ഥാനത്തിന്റെ ജീവധാരകളെ കാർന്നുതിന്നുന്ന വർഗ്ഗീയതയുടെ ക്യാൻസറിനെ സംബന്ധിച്ചിടത്തോളം ഇതല്ലാതെ മറ്റൊരു പരിഹാരവുമില്ല.

മതനിരപേക്ഷത

കമ്യൂണിസ്റ്റുകാരുടെ തത്ത്വാധിഷ്ഠിതമായ നിലപാട് ഇതാണ്: മതനിരപേക്ഷത എന്നാൽ അർത്ഥം രാഷ്ട്രീയത്തിൽനിന്നും മതത്തെ വേർ

തിരിച്ചു നിർത്തുകയെന്നതാണ്. ഇതിന്റെ അർത്ഥം ഭരണകൂടം വ്യക്തിയുടെ വിശ്വാസ സ്വാതന്ത്ര്യത്തെ അചഞ്ചലമായി സംരക്ഷിക്കുമ്പോൾ തന്നെ, ഏതെങ്കിലും ഒരു മതത്തിനുവേണ്ടി വാദിക്കുകയോ ഒരു മതത്തിനൊപ്പം നില്ക്കുകയോ ചെയ്യില്ല എന്നാണ്. പ്രയോഗത്തിൽ, സ്വാതന്ത്ര്യാനന്തര ഇന്ത്യയിൽ എല്ലാ മതങ്ങളുടെയും തുല്യത എന്ന നിലയിൽ മതനിരപേക്ഷതയ്ക്ക് നിർവ്വചനം നല്കുന്നതിലേക്ക് ഇതിനെ ചുരുക്കുകയുണ്ടായി. ഇതിൽ സഹജമായി ഉൾച്ചേർന്നിരിക്കുന്നത് ഭൂരിപക്ഷത്തിന്റെ മതവിശ്വാസത്തോട് സ്വാഭാവികമായി തന്നെയുള്ള പക്ഷപാതിത്വമാണ്. വാസ്തവത്തിൽ ഇത് ഇന്ന് വർഗ്ഗീയ – മതമൗലികവാദശക്തികൾക്ക് കരുത്ത് പകരുന്നതിനിടയാക്കുകയാണ്.

ആയതിനാൽ, കമ്യൂണിസ്റ്റുകാരെ സംബന്ധിച്ചിടത്തോളം മതനിരപേക്ഷതയെ അഥവാ മതനിരപേക്ഷ ജനാധിപത്യത്തെ സംരക്ഷിക്കുകയെന്നത് ഇന്ത്യയിലെ എല്ലാവരെയും ഉൾക്കൊള്ളുന്ന ദേശീയതയെ സംരക്ഷിക്കുന്നതിനു മാത്രമായല്ല ആ നിലയിൽ ഇന്ത്യൻ ഭരണഘടനയുടെ സംരക്ഷണം മാത്രമല്ല പ്രാധാന്യമർഹിക്കുന്നത്, മറിച്ച് ന്യൂനപക്ഷങ്ങളുടെ അവകാശങ്ങൾ സംരക്ഷിക്കുന്നതും ഭരണഘടന ഉറപ്പുനല്കുന്ന തുല്യത യാഥാർത്ഥ്യമാക്കുന്നതിന് – ജനാധിപത്യത്തിന്റെ അന്തഃസത്തയാണിത് – ശ്രമിക്കുന്നതും മാത്രവുമല്ല സോഷ്യലിസം എന്ന ലക്ഷ്യം കൈവരിക്കുന്നതിനായി മുന്നേറുന്നതിനുവേണ്ടി ഏറ്റവുമധികം ചൂഷണം ചെയ്യപ്പെടുന്ന വർഗ്ഗങ്ങൾക്കിടയിൽ വർഗ്ഗപരമായ ഐക്യം ഊട്ടിയുറപ്പിക്കലും പരമപ്രധാനമാണ്. വർഗ്ഗീയത ഈ ഐക്യത്തെ തന്നെ തകർക്കുന്നതാണ്; ഇന്ത്യയുടെ ചരിത്രത്തെ അധോഗതിയുടെയും പിൻനടത്തത്തിന്റെയും പാതയിലേക്ക് വലിച്ചിഴയ്ക്കലാണ്.

മതനിരപേക്ഷത സംരക്ഷിക്കുന്നതിനായുള്ള പോരാട്ടം

ഇന്ത്യയിലെ മതനിരപേക്ഷ ജനാധിപത്യത്തിനുനേരെ ആർ എസ് എസിൽനിന്നും ബി ജെ പിയിൽനിന്നും ഉയരുന്ന ഭീഷണിയെ വിശകലനം ചെയ്തുകൊണ്ട് സി പി ഐ (എം) ന്റെ 2000 ത്തിലെ പാർട്ടി പരിപാടിയിൽ ഇങ്ങനെ പ്രസ്താവിച്ചു:

> വർഗ്ഗീയവും ഫാസിസ്റ്റ് സ്വഭാവമുള്ളതുമായ ആർ എസ് എസ് നേതൃത്വത്തിലുള്ള കൂട്ടുകെട്ട് ഉയർന്നുവരികയും കേന്ദ്രത്തിൽ അധികാരത്തിലേറുകയും ചെയ്തതോടെ മതനിരപേക്ഷതയുടെ അടിത്തറയ്ക്കുള്ള ഭീഷണി സംഭ്രമജനകമായിട്ടുണ്ട്. ഭരണകൂട സ്ഥാപനങ്ങളെയും ഭരണസംവിധാനത്തെയും വിദ്യാഭ്യാസ വ്യവസ്ഥയെയും മാധ്യമങ്ങളെയും വർഗ്ഗീയവല്ക്കരിക്കാൻ നിരന്തര ശ്രമങ്ങൾ നടക്കുന്നു (ഖണ്ഡിക 5.7).

വീണ്ടും, പാർട്ടിയുടെ കടമയെക്കുറിച്ച് പരിപാടി ചൂണ്ടിക്കാണിക്കുന്നതിങ്ങനെ: ‘‘മതവർഗ്ഗീയതയെ അടിസ്ഥാനമാക്കി ഫാസിസ്റ്റ് പ്രവണത

ശക്തിയാർജ്ജിക്കുന്ന വിപത്തിനെതിരെ എല്ലാ തലങ്ങളിലും ഉറച്ചു പോരാടേണ്ടതാണ്.”

ഇന്ത്യയുടെ ഭരണഘടനാപരമായ ക്രമത്തിന് ബി ജെ പി ഗവൺമെന്റ് ഉയർത്തുന്ന ഗുരുതരമായ വിപത്ത് ചൂണ്ടിക്കാണിച്ചുകൊണ്ട് പാർട്ടി പരിപാടി വ്യക്തമാക്കുന്നു:

> പിളർപ്പുണ്ടാക്കുന്നതും വർഗ്ഗീയവുമായ പരിപാടിയോടു കൂടിയ പിന്തിരിപ്പൻ പാർട്ടിയാണ് ഭാരതീയ ജനതാ പാർട്ടി. മറ്റു മതങ്ങളോടുള്ള വെറുപ്പും അസഹിഷ്ണുതയും തീവ്ര ദേശീയതയുടേതായ സങ്കുചിത വാദവുമാണ് അതിന്റെ പിന്തിരിപ്പൻ ഉള്ളടക്കത്തിന്റെ അടിസ്ഥാനം. ഫാസിസ്റ്റ് സ്വഭാവമുള്ള രാഷ്ട്രീയ സ്വയം സേവക് സംഘം മാർഗ്ഗനിർദ്ദേശം നല്കുകയും മേധാവിത്തം വഹിക്കുകയും ചെയ്യുന്നതിനാൽ ബി ജെ പി സാധാരണ ബൂർഷ്വാ പാർട്ടിയല്ല; ബി ജെ പി അധികാരത്തിലിരിക്കുമ്പോൾ ഭരണകൂടാധികാരത്തിന്റെയും ഭരണകൂട സംവിധാനത്തിന്റെയും ഉപകരണങ്ങളിൽ ആർ എസ് എസിന് ഇടപെടാൻ കഴിയുന്നുണ്ട്. ഹിന്ദുത്വ പ്രത്യയശാസ്ത്രം പുനരുത്ഥാനവാദത്തെ വളർത്തുന്നു. ഒരു ഹിന്ദുരാഷ്ട്രം സ്ഥാപിക്കുകയെന്ന ലക്ഷ്യത്തോടെ അത് ഇന്ത്യയുടെ വൈവിദ്ധ്യമാർന്ന സംസ്കാരത്തെ നിഷേധിക്കുന്നു. (ഖണ്ഡിക 7.14).

കോർപ്പറേറ്റ് – വർഗ്ഗീയ കൂട്ടുകെട്ട്

ഇപ്പോഴത്തെ പശ്ചാത്തലത്തിൽ, 2019 ലെ പൊതുതിരഞ്ഞെടുപ്പിന്റെ ഫലങ്ങൾ വിശകലനം ചെയ്തുകൊണ്ട് സി പി ഐ (എം) കേന്ദ്രക്കമ്മിറ്റി ചൂണ്ടിക്കാണിച്ചത് ഇപ്പോൾ ഇന്ത്യൻ ഭരണവർഗ്ഗങ്ങൾ ഒരു കോർപ്പറേറ്റ് വർഗ്ഗീയ കൂട്ടുകെട്ട് ദൃഢമായി അരക്കിട്ടുറപ്പിച്ചിരിക്കുകയാണെന്നാണ്; അതാകട്ടെ സാമ്രാജ്യത്വത്തിന് വിധേയമായ സഖ്യകക്ഷിയായി വലിയ തോതിൽ മാറിയിരിക്കുകയാണ്. കേന്ദ്രക്കമ്മിറ്റി പ്രമേയങ്ങളിൽ ചൂണ്ടിക്കാണിച്ചിട്ടുള്ള തുടർന്നുള്ള സംഭവവികാസങ്ങൾ ഇക്കാര്യം വ്യക്തമായും സമർത്ഥിച്ചിരിക്കുകയാണ്.

കോവിഡ് മഹാമാരിയും ലോക്ഡൗണുംമൂലം ജനങ്ങളുടെ പ്രവർത്തനങ്ങൾക്കുമേൽ ചുമത്തപ്പെട്ട നിയന്ത്രണങ്ങളെ ചൂഷണം ചെയ്തുകൊണ്ട് ആർ എസ് എസ്/ബി ജെ പി/മോദി നിയന്ത്രണത്തിലുള്ള ഈ ഗവൺമെന്റ് ഇന്ത്യയുടെ ഭരണഘടനാപരമായ സംവിധാനത്തെ പാടെ തകർക്കുകയെന്ന അക്രാമകമായ ലക്ഷ്യം ശക്തമാക്കിയിരിക്കുന്നതെങ്ങനെയെന്ന് പൊളിറ്റ് ബ്യൂറോയുടെയും കേന്ദ്രക്കമ്മിറ്റിയുടെയും ഈ റിപ്പോർട്ടുകൾ ചൂണ്ടിക്കാണിക്കുന്നു. വൻതോതിലുള്ള സ്വകാര്യവല്ക്കരണം, ദേശീയ ആസ്തികൾ കൊള്ളയടിക്കൽ നമ്മുടെ കാർഷികമേഖലയെ പണയപ്പെടുത്തൽ എന്നിവയ്ക്കൊപ്പം തൊഴിലാളിവർഗ്ഗത്തിന്റെയും

കർഷകജനതയുടെയും അദ്ധ്വാനിക്കുന്ന ജനങ്ങളുടെയാകെയും അവകാശങ്ങൾക്കുമേൽ ഭീകരമായ കടന്നാക്രമണങ്ങളും ഉൾപ്പെടെ നവലിബറൽ പരിഷ്കാരങ്ങൾ അക്രാമകമായവിധം പിന്തുടരുകയാണ്; വർഗ്ഗീയ ധ്രുവീകരണം അതിഭീകരമായവിധം രൂക്ഷമാക്കുന്നതും മുസ്ലീങ്ങളെ ആക്രമണലക്ഷ്യമാക്കുന്നതും; ഭിന്നാഭിപ്രായം പറയുന്നവരെയെല്ലാം 'ദേശവിരുദ്ധരാ'യി കണക്കാക്കുന്നത്, കിരാതമായ കരിനിയമങ്ങൾ പ്രയോഗിച്ച് അവരെയാകെ അറസ്റ്റു ചെയ്യുന്നത്, പൗരസ്വാതന്ത്ര്യങ്ങളെയും മനുഷ്യാവകാശങ്ങളെയും ജനാധിപത്യാവകാശങ്ങളെയും മറ്റും ആക്രമിക്കൽ എന്നിവയെല്ലാം ഇതിന്റെ ഭാഗമാണ്; ആസൂത്രിതമായ ഈ ആക്രമണം ജനങ്ങളുടെയാകെ കൂട്ടായ ശക്തി പ്രകടമാക്കി ചെറുത്തു തോല്പിക്കേണ്ടതാണ്.

വർഗ്ഗീയ ശക്തികൾക്കും നവലിബറൽ സാമ്പത്തിക പരിഷ്കാരങ്ങൾക്കും എതിരായ പോരാട്ടം രണ്ടു പ്രത്യേക കമ്പാർട്ടുമെന്റുകളല്ലായെന്നും മറിച്ച് രാജ്യത്തിന്റെ സംരക്ഷണത്തിനും അദ്ധ്വാനിക്കുന്ന വർഗ്ഗങ്ങളുടെ ലക്ഷ്യം നേടുന്നതിനും ഇന്ത്യൻ ജനതയുടെ സംയോജിതമായ പോരാട്ടത്തിന്റെ ഭാഗം കൂടിയാണത് എന്നും അംഗീകരിക്കേണ്ടത് ആവശ്യമാണ്. ഇന്നത്തെ പശ്ചാത്തലത്തിൽ മതനിരപേക്ഷതയുടെയും ജനാധിപത്യത്തിന്റെയും സംരക്ഷണത്തിനായുള്ള പോരാട്ടം, ഇന്ത്യൻ ഭരണഘടനയെ സംരക്ഷിക്കുന്നതിനും ജനങ്ങൾക്ക് അതു നല്കിയിട്ടുള്ള ഉറപ്പുകൾ പാലിക്കുന്നുണ്ടെന്നത് സംരക്ഷിക്കുന്നതിനുമൊപ്പം യാഥാർത്ഥ്യമാക്കുന്നതിനുംവേണ്ടിയുള്ള പോരാട്ടത്തിന്റെ അവിഭാജ്യ ഭാഗവുമാണ്. കമ്യൂണിസ്റ്റ് പാർട്ടി സ്ഥാപിച്ചതിന്റെ ഒരു വർഷം നീണ്ടുനിന്ന ശതവാർഷികാചരണം ഇന്ത്യയെയും ഇവിടുത്തെ അദ്ധ്വാനിക്കുന്ന ജനങ്ങളെയും സംരക്ഷിക്കുന്നതിനുള്ള ഈ പോരാട്ടത്തെ ശക്തിപ്പെടുത്തുന്നതിനുള്ള നമ്മുടെ ദൃഢനിശ്ചയത്തെ ഊട്ടിയുറപ്പിക്കുന്നതാവണം.

ഈ മോദി ഗവൺമെന്റ് ഇന്ത്യയെ അമേരിക്കൻ സാമ്രാജ്യത്വത്തിന്റെ കൈയാളായി മാറ്റുകയാണെന്നിരിക്കെ ഇത് ഉപേക്ഷിക്കാനാവാത്തൊരു പോരാട്ടമാണ്. ഈ ബഹുമുഖമായ വെല്ലുവിളികളെ അഭിമുഖീകരിക്കുകയും പരാജയപ്പെടുത്തുകയും ചെയ്യേണ്ടത് നമ്മുടെ വിപ്ലവ ലക്ഷ്യവുമായി മുന്നോട്ടുപോകുന്നതിന് ഈ കാലഘട്ടം നമുക്കു മുന്നിൽവെക്കുന്ന ആവശ്യമാണ്.

കമ്യൂണിസ്റ്റുകാരും ജനാധിപത്യത്തിനായുള്ള പോരാട്ടവും

പ്രകാശ് കാരാട്ട്

ആയിരത്തിത്തൊള്ളായിരത്തി നാല്പത്തേഴിൽ സ്വാതന്ത്ര്യം ലഭിക്കുന്ന കാലത്ത് ഇന്ത്യ സാമ്പത്തികമായും സാമൂഹികമായും അതീവ പിന്നോക്കാവസ്ഥയിലുള്ള രാജ്യമായിരുന്നു–200 വർഷത്തെ കോളനി വാഴ്ചയാണ് ഇന്ത്യയെ ആ അവസ്ഥയിൽ എത്തിച്ചത്. കമ്യൂണിസ്റ്റ് പാർട്ടിയെ സംബന്ധിച്ചിടത്തോളം നിർണ്ണായകമായ പ്രശ്നം ജനാധിപത്യവിപ്ലവത്തിന്റെ കടമകൾ പൂർത്തിയാക്കുകയെന്നതാണ്; സ്വാതന്ത്ര്യം ലഭിച്ച കാലത്ത് ജനാധിപത്യവിപ്ലവം പൂർത്തീകരിക്കപ്പെട്ടിരുന്നില്ല. സമൂഹത്തിന്റെ ജനാധിപത്യപരമായ പരിവർത്തനത്തിന് രാഷ്ട്രീയവും സാമ്പത്തികവും സാമൂഹികവുമായ മാനങ്ങളുണ്ട്.

ബൂർഷ്വാ പാർട്ടികളിൽനിന്നു വ്യത്യസ്തമായി കമ്യൂണിസ്റ്റുകാരെ സംബന്ധിച്ചിടത്തോളം ജനാധിപത്യമെന്നാൽ കേവലം സാർവ്വത്രികമായി പ്രായപൂർത്തി വോട്ടവകാശത്തെ അടിസ്ഥാനമാക്കിയുള്ള തിരഞ്ഞെടുപ്പ് ജനാധിപത്യം മാത്രമല്ല. ജനാധിപത്യത്തിന് അതുമാത്രം മതിയാവില്ല. വർഗ്ഗചൂഷണത്തെയും സാമൂഹികമായ അടിച്ചമർത്തലിനെയും ആധാരമാക്കിയുള്ള സാമ്പത്തികവും സാമൂഹികവുമായ അസമത്വങ്ങൾ അവസാനിപ്പിക്കുകയെന്നതും ജനാധിപത്യത്തിൽ അനിവാര്യമാണ്. സാമ്പത്തികവും സാമൂഹികവുമായ തുല്യത ഇല്ലയെങ്കിൽ ജനാധിപത്യം കൃത്യമായും ഡോ. അംബേദ്കർ നിരീക്ഷിച്ചതുപോലെ തുടരും; അതായത് "ഇന്ത്യയിലെ ജനാധിപത്യം തൊലിപ്പുറമേയുള്ളതു മാത്രമാണ്; നിശ്ചയമായും അത് ജനാധിപത്യവിരുദ്ധമാണ്."

തുടക്കം മുതൽതന്നെ, ബൂർഷ്വാ–ഭൂപ്രഭു കൂട്ടുകെട്ടിന്റെ വർഗ്ഗ വാഴ്ചയാൽ തടയപ്പെടുകയും വക്രീകരിക്കപ്പെടുകയും ചെയ്ത ജനാധിപത്യത്തെ കൂടുതൽ അഗാധമാക്കാനും വിപുലപ്പെടുത്താനുമാണ് കമ്യൂ

ണിസ്റ്റുകാർ ശ്രമിച്ചത്. ഈ രംഗത്തെ കമ്യൂണിസ്റ്റുകാരുടെ പ്രമുഖ സംഭാവനകളിൽ ചിലത് കാർഷികബന്ധങ്ങളുടെ ജനാധിപത്യപരമായ പരിവർത്തനത്തിന്റെ ഭാഗമെന്ന നിലയിൽ ഭൂപരിഷ്കരണത്തിനായുള്ള പോരാട്ടവുമായി ബന്ധപ്പെട്ടവയാണ്; ഭാഷാടിസ്ഥാനത്തിൽ സംസ്ഥാനങ്ങളുടെ പുനഃസംഘടന, പഞ്ചായത്ത് സംവിധാനത്തിലേക്കും പ്രാദേശിക ഭരണ സ്ഥാപനങ്ങളിലേക്കും അധികാരവികേന്ദ്രീകരണവും അധികാരത്തിന്റെ സ്ഥാപനവല്ക്കരണവും, ജനാധിപത്യാവകാശങ്ങളെ വിട്ടുവീഴ്ച കൂടാതെ സംരക്ഷിക്കൽ- പ്രത്യേകിച്ച് അദ്ധ്വാനിക്കുന്ന ജനതയുടെ അവകാശങ്ങളുടെ സംരക്ഷണം എന്നിവയിലെല്ലാം കമ്യൂണിസ്റ്റുകാരുടെ സംഭാവന വലുതാണ്.

ജനാധിപത്യപരമായ പരിവർത്തനത്തിനുവേണ്ടി ഭൂപരിഷ്കരണം

സ്വാതന്ത്ര്യം ലഭിച്ച കാലത്ത് സെമീന്ദാർമാരും ഭൂപ്രഭുക്കളും ഉൾപ്പെടുന്ന വളരെ ചെറിയൊരു വിഭാഗത്തിന്റെ കൈകളിൽ അതിഭീമമായ വിധം ഭൂമി സാന്ദ്രീകരിക്കപ്പെട്ടിരിക്കുന്നു. ഭരണകൂട അധികാരത്തിലെ ബൂർഷ്വാ-ഭൂപ്രഭു കൂട്ടുകെട്ടുമൂലം കോൺഗ്രസ് ഗവൺമെന്റ് ഭൂപ്രഭുത്വം നിർമ്മാർജ്ജനം ചെയ്യാനുള്ള നടപടി കൈക്കൊള്ളാൻ തയ്യാറല്ലായിരുന്നു; ഭൂപ്രഭുക്കൾക്കും സമ്പന്നകർഷകർക്കും നേട്ടമുണ്ടാകുന്ന തരത്തിലുള്ള, പരിമിതമായ തരത്തിലുള്ള ചില ഭൂപരിഷ്കരണങ്ങൾ നടപ്പാക്കാനാണ് ശ്രമിച്ചത്. സെമീന്ദാരി സമ്പ്രദായത്തെ നിയമപരമായി നിർത്തലാക്കിയിട്ടുപോലും മുൻ സെമീന്ദാർമാർ വലിയ അളവ് ഭൂമി പിന്നെയും കൈവശം വച്ചിരുന്നു. 1954 ൽ നടത്തിയ ആദ്യത്തെ ദേശീയ സാമ്പിൾ സർവ്വേ വെളിപ്പെടുത്തിയത് 3.7 ശതമാനം ഗ്രാമീണ കുടുംബങ്ങൾ മൊത്തം ഭൂമിയുടെ 37 ശതമാനം കൈവശം വച്ചിട്ടുള്ളതായാണ്; ഇതുപോലും യഥാർത്ഥത്തിലുള്ളതിനേക്കാൾ കുറഞ്ഞ കണക്കുമാണ്.

കമ്യൂണിസ്റ്റ് പാർട്ടിയെ സംബന്ധിച്ചിടത്തോളം ഭൂപ്രഭുത്വത്തെ ദുർബ്ബലപ്പെടുത്തുന്നതിനും കാർഷിക ബന്ധങ്ങളിൽ ജനാധിപത്യപരമായ പരിവർത്തനം നടപ്പിലാക്കാനുമുള്ള അടിസ്ഥാന മുദ്രാവാക്യമാണ് ഭൂപരിഷ്കരണം. ഭൂപരിഷ്കരണത്തിനും ഭൂപരിധിയിൽ അധികമുള്ള ഭൂരഹിത കർഷകർക്ക് വിതരണം ചെയ്യപ്പെടേണ്ട മിച്ചഭൂമിയുടെ വിതരണത്തിനും ഒഴിപ്പിക്കൽ തടയുന്നതിനും പങ്കു പാട്ടക്കാർക്കുള്ള ഉല്പന്നത്തിന്റെ വിഹിതം വർദ്ധിപ്പിക്കുന്നതിനും മറ്റുമുള്ള സമരങ്ങളായിരുന്നു രാജ്യത്തിന്റെ നാനാഭാഗങ്ങളിൽ വികസിപ്പിച്ചുകൊണ്ടുവന്നത്.

ആദ്യത്തെ മുന്നേറ്റമുണ്ടായത്, കേരളത്തിൽ സർക്കാർ രൂപീകരിക്കുന്നതിന് കമ്യൂണിസ്റ്റ് പാർട്ടി തിരഞ്ഞെടുക്കപ്പെട്ടപ്പോഴാണ്. ആദ്യ കമ്യൂണിസ്റ്റ് മന്ത്രിസഭ ഭൂപരിഷ്കരണ നടപടികൾക്ക് തുടക്കംകുറിച്ചു; അതിലൂടെ ഭൂപ്രഭുക്കൾക്ക് കുറഞ്ഞ തുക നഷ്ടപരിഹാരം നല്കി കുടിയായ്മ കൃഷിക്കാർക്ക് ഭൂമി സ്വന്തമാക്കാമെന്നായി. കമ്യൂണിസ്റ്റ് മന്ത്രിസ

ഭയെ കേന്ദ്ര ഗവൺമെന്റ് പിരിച്ചുവിട്ടതിനുള്ള കാരണങ്ങളിലൊന്ന് ഭൂപ്രഭുക്കൾക്കും പിന്തിരിപ്പന്മാർക്കും ഇതിനോടുള്ള എതിർപ്പായിരുന്നു.

ഭൂസമരങ്ങളുടെ അടുത്ത വലിയൊരു വേലിയേറ്റമുണ്ടായത് 1967–69 കാലത്ത് പശ്ചിമബംഗാളിലായിരുന്നു. ആദ്യ ഐക്യമുന്നണി ഗവൺമെന്റിന്റെ കാലത്ത് ജോത്തേദാർമാർക്കെതിരെ അവർ കൈവശം വച്ചിരുന്ന ബിനാമി ഭൂമി പിടിച്ചെടുക്കുന്നതിന് വമ്പിച്ച സമരങ്ങളാണ് നടന്നത്. പിന്നീട് 1977 ൽ രൂപീകരിക്കപ്പെട്ട ഇടതുമുന്നണി ഗവൺമെന്റ് പങ്കുപാട്ടക്കാരെ സംബന്ധിച്ച ചരിത്രപ്രധാനമായ നിയമം പാസാക്കി. ഉല്പന്നത്തിന്റെ 75 ശതമാനം കൈവശം വയ്ക്കാൻ ബർഗദാർമാർക്കുള്ള (പങ്കുപാട്ടക്കാർ) അവകാശം ഈ നിയമം അംഗീകരിച്ചു; പങ്കു പാട്ടക്കാരെ രജിസ്റ്റർ ചെയ്തുകൊണ്ട് ഒഴിപ്പിക്കലിൽനിന്നുള്ള സംരക്ഷണവും നേടി. ഭൂപരിധിയേക്കാൾ അധികമുള്ള മിച്ചഭൂമി ഏറ്റെടുക്കപ്പെടുകയും 12 ലക്ഷം ഏക്കറിലധികം ഭൂമിരഹിതരും നാമമാത്ര കൃഷിക്കാരുമായിരുന്നവർക്ക് പുനർവിതരണം ചെയ്തു – അങ്ങനെ 25 ലക്ഷം കുടുംബങ്ങൾക്ക് ആശ്വാസമേകി.

പശ്ചിമബംഗാളിലെയും കേരളത്തിലെയും ത്രിപുരയിലെയും ഇടതുപക്ഷ നേതൃത്വത്തിലുള്ള ഗവൺമെന്റുകൾക്കു കീഴിൽ ഭൂപരിഷ്കരണങ്ങളുടെ നടപ്പാക്കൽ കൂടുതൽ മുന്നോട്ടുപോയി; കാർഷികബന്ധങ്ങളിൽ ഇത് പ്രധാനപ്പെട്ട മാറ്റങ്ങൾ കൊണ്ടുവന്നു. കമ്യൂണിസ്റ്റ് പ്രസ്ഥാനം കാരണമാണ് മറ്റു സംസ്ഥാനങ്ങളിൽ സംഭവിച്ചതിൽ നിന്നു വ്യത്യസ്തമായി ഈ മൂന്ന് സംസ്ഥാനങ്ങളിൽ ഭൂപരിഷ്കരണം നടപ്പിലാക്കപ്പെട്ടത്.

സ്വാതന്ത്ര്യാനന്തര ദശകങ്ങളിൽ ബീഹാറിലും ആന്ധ്രാപ്രദേശിലും കർണ്ണാടകത്തിലും മഹാരാഷ്ട്രയിലും മറ്റു സ്ഥലങ്ങളിലും പാർട്ടിയും കിസാൻ സഭയും ഭൂമിക്കുവേണ്ടി നിരവധി സമരങ്ങൾ നടത്തി. ഈ സമരങ്ങളുടെയും ഇടതുപക്ഷ നേതൃത്വത്തിലുള്ള മൂന്ന് സംസ്ഥാന ഗവൺമെന്റുകൾ മുന്നോട്ടുവച്ച ഉദാഹരണങ്ങളുടെയും സ്വാധീനമാണ് രാജ്യത്തിന്റെ മറ്റുഭാഗങ്ങളിൽ പ്രത്യേകിച്ചും 1970 കളിലും 1980 കളുടെ തുടക്കത്തിലും, ചില പരിമിതമായ ഭൂപരിഷ്കരണ നടപടികളെങ്കിലും സ്വീകരിക്കുന്നതിനിടയാക്കിയത്.

അങ്ങനെ കാർഷികബന്ധങ്ങളുടെ ജനാധിപത്യപരമായ പരിവർത്തനത്തിനായുള്ള സമരത്തിലും ചുരുങ്ങിയത് മൂന്ന് സംസ്ഥാനങ്ങളിലെങ്കിലും വിജയം കൈവരിക്കുന്നതിലും കമ്യൂണിസ്റ്റ് പ്രസ്ഥാനം നിർണ്ണായകമായ പങ്കുവഹിച്ചു.

ഭാഷാ സംസ്ഥാനങ്ങളുടെ രൂപീകരണം ഫെഡറലിസത്തിനായുള്ള അടിത്തറ

സ്വാതന്ത്ര്യം ലഭിക്കുന്ന കാലത്ത് ബ്രിട്ടീഷ് ഭരണത്തിൻകീഴിൽ മൂന്ന് ബഹുഭാഷാ പ്രവിശ്യകളും വിവിധ കാറ്റഗറികളിലുള്ള ഒരുകൂട്ടം നാട്ടുരാജ്യങ്ങളും ഉണ്ടായിരുന്നു. സ്വാതന്ത്ര്യസമരത്തിന്റെ പ്രധാനപ്പെട്ട ലക്ഷ്യ

ങ്ങളിലൊന്ന് ഭാഷാ ദേശീയത തത്ത്വത്തെ അടിസ്ഥാനമാക്കി ജനങ്ങൾക്ക് അവരുടേതായ ഭാഷാപ്രവിശ്യകൾ പ്രദാനം ചെയ്യുകയെന്നതായിരുന്നു. 1920 ൽ തന്നെ ഗാന്ധിജിയുടെ മുൻകൈയോടുകൂടി കോൺഗ്രസ് പാർട്ടി ഭാഷാടിസ്ഥാനത്തിൽ പ്രദേശ് കോൺഗ്രസ് കമ്മിറ്റികൾ രൂപീകരിക്കുകയുണ്ടായി. പിന്നീട് കോൺഗ്രസ് പാർട്ടി സ്വാതന്ത്ര്യത്തിനുശേഷം ഭാഷാ പ്രവിശ്യകൾ രൂപീകരിക്കുമെന്ന് വാഗ്ദാനം നല്കുകയുണ്ടായി. എന്നാൽ, സ്വതന്ത്ര ഇന്ത്യയിൽ കോൺഗ്രസ് അധികാരത്തിലെത്തിയശേഷം നെഹ്റു ഗവൺമെന്റ് ഈ വാഗ്ദാനത്തിൽനിന്ന് പിന്നോട്ടുപോയി. വൻകിട മുതലാളിമാരും സംഘടനയിലെ അവരുടെ പ്രതിനിധികളും ഭാഷാ സംസ്ഥാന രൂപീകരണത്തിനെതിരായിരുന്നു; കാരണം, ഇത് ഏകീകൃത കമ്പോളം ഉണ്ടാകുന്നതിന് തടസ്സം സൃഷ്ടിക്കുമെന്ന് അവർ കണ്ടു.

സ്വാതന്ത്ര്യത്തിനുമുൻപുതന്നെ കമ്യൂണിസ്റ്റു പാർട്ടി അതിന്റെ ദേശീയതാനയം അവതരിപ്പിച്ചിരുന്നു; ഭാഷാപരമായ ദേശീയത എന്ന തത്ത്വമാണ് അതിൽ അംഗീകരിച്ചിരുന്നത്. ഭാഷാതത്ത്വത്തെ അടിസ്ഥാനമാക്കിയ എല്ലാ സംസ്ഥാനങ്ങളും ചേർന്ന ഇന്ത്യൻ യൂണിയൻ ഉണ്ടാകണമെന്നാണ് പാർട്ടി താല്പര്യപ്പെട്ടത്.

ഇന്ത്യൻ ഭരണകൂട ഘടനയുടെ ജനാധിപത്യവല്ക്കരണത്തിനും ഫെഡറൽ സംവിധാനം ഉറപ്പിക്കുന്നതിനുമുള്ള പ്രധാന ചുവടുവയ്പായിരുന്നു ഭാഷാടിസ്ഥാനത്തിലുള്ള സംസ്ഥാന രൂപീകരണം. 1940 കളിൽ കമ്യൂണിസ്റ്റ് നേതാക്കൾ – പ്രധാനപ്പെട്ട ജനാധിപത്യപരവും ഫ്യൂഡൽ വിരുദ്ധവുമായ കടമ എന്ന നിലയിൽ ഭാഷാടിസ്ഥാനത്തിലുള്ള സംസ്ഥാനങ്ങളുടെ രൂപീകരണത്തെ അവതരിപ്പിച്ചു. ഇ എം എസ് നമ്പൂതിരിപ്പാട് ഒന്നേകാൽ കോടി മലയാളികളെ സംബന്ധിച്ചും മദ്രാസ് പ്രവിശ്യയിൽ നിന്നുള്ള മലബാറും തിരുവിതാംകൂർ, കൊച്ചി നാട്ടുരാജ്യങ്ങളും ചേർത്ത് മലയാളം സംസാരിക്കുന്ന ജനങ്ങൾക്ക് ഒരൊറ്റ സംസ്ഥാനം എന്ന അവരുടെ അവകാശത്തെ സംബന്ധിച്ചും ഒരു ലഘുലേഖ എഴുതി. 1946 ൽ പി സുന്ദരയ്യ ഒരു ലഘുഗ്രന്ഥത്തിലൂടെ 'വിശാലാന്ധ്ര' എന്ന സങ്കല്പനം മുന്നോട്ടുവച്ചു. 'വിശാലാന്ധ്ര' പ്രക്ഷോഭത്തിന് ഇത് വലിയ സ്വാധീനം ചെലുത്തി. 1950 കളുടെ തുടക്കത്തിൽ ഭാഷാസംസ്ഥാന പ്രക്ഷോഭത്തിന്റെ കേന്ദ്ര ബിന്ദുവായി ഇത് മാറി. ഭാഷാ തത്ത്വത്തെ അടിസ്ഥാനമാക്കി ബംഗാൾ സംസ്ഥാനത്തിന്റെ രൂപരേഖ അവതരിപ്പിച്ചത് സോമനാഥ് ലാഹിരി എഴുതിയ *നാഥുൻ ബംഗ്ല* എന്ന കൃതിയിലായിരുന്നു.

കേന്ദ്രഗവൺമെന്റ് സംസ്ഥാനങ്ങളുടെ രൂപീകരണത്തിന് ഭാഷാതത്ത്വം നിഷേധിച്ചതിനെത്തുടർന്ന് 'വിശാലാന്ധ്ര' (തെലുങ്ക് സംസാരിക്കുന്ന ജനങ്ങളെയാകെ യോജിപ്പിച്ച് ഒരു സംസ്ഥാനം), 'ഐക്യകേരളം' എന്നിവയുടെ രൂപീകരണത്തിനായുള്ള പ്രക്ഷോഭങ്ങൾ വളർന്നുവന്നു; പിന്നീട് സംയുക്ത മഹാരാഷ്ട്ര, മഹാഗുജറാത്ത്, പഞ്ചാബി സുബ എന്നിവയ്ക്കായുള്ള പ്രക്ഷോഭങ്ങളും വികസിച്ചു.

ആന്ധ്രപ്രദേശ് രൂപീകരണത്തിനും സംയുക്ത മഹാരാഷ്ട്രയ്ക്കും

വേണ്ടി വികസിച്ചുവന്ന ബഹുജന പ്രക്ഷോഭങ്ങളിൽ കമ്യൂണിസ്റ്റു പാർട്ടി പ്രധാന പങ്കുവഹിച്ചു.

ഏകീകൃതവും കേന്ദ്രീകൃതവുമായ ഭരണകൂടം വേണമെന്ന് ആഗ്രഹിച്ച ആർ എസ് എസിന്റെയും വൻകിട ബൂർഷ്വാസിയുടെയും എതിർപ്പുണ്ടായിരുന്നിട്ടും ഭാഷാടിസ്ഥാനത്തിലുള്ള സംസ്ഥാനങ്ങൾക്കായി നടന്ന എല്ലാ സമരങ്ങളും വിജയകരമായി മാറി. ഭാഷാപരമായ ഏകത്വത്തെ അടിസ്ഥാനമാക്കിയ സംസ്ഥാനങ്ങളാൽ രൂപീകൃതമായ ഇപ്പോഴത്തെ ഇന്ത്യൻ യൂണിയൻ ശ്രദ്ധേയമായ ഒരു നേട്ടം തന്നെയാണ്; ഇതിന് കമ്യൂണിസ്റ്റുകാർക്ക് പ്രധാന നേട്ടം അവകാശപ്പെടാനാകും. ഇന്ത്യൻ ഭരണകൂടത്തെ ഫെഡറൽ സംവിധാനമായി രൂപപ്പെടുത്താനും സംസ്ഥാനങ്ങളുടെ അവകാശങ്ങൾ ഉറപ്പുവരുത്താനുമുള്ള സമരത്തിന്റെ അടിസ്ഥാനത്തിലാണിത്.

അധികാരവികേന്ദ്രീകരണം

കേന്ദ്ര-സംസ്ഥാന ബന്ധങ്ങളുടെ പുനഃസംഘടനയിലൂടെ സംസ്ഥാനങ്ങളുടെ അവകാശങ്ങൾക്കായുള്ള പോരാട്ടത്തിനുപുറമെ, പഞ്ചായത്തീരാജ് സംവിധാനത്തിനും തദ്ദേശഭരണ സ്ഥാപനങ്ങൾക്കും അധികാരം വികേന്ദ്രീകരിക്കുന്നതിനായും കമ്യൂണിസ്റ്റുകാർ വാദിച്ചു. ഇടതുമുന്നണി ഗവൺമെന്റ് അധികാരങ്ങളുടെയും വിഭവങ്ങളുടെയും കൈമാറ്റത്തിലൂടെ മൂന്നുതട്ടുള്ള പഞ്ചായത്തീരാജ് സംവിധാനത്തിന് വഴിയൊരുക്കി. 1978 ൽ ശാക്തീകരിക്കപ്പെട്ട ഈ പഞ്ചായത്ത് സംവിധാനത്തിലേക്കുള്ള തിരഞ്ഞെടുപ്പുകൾ നടത്തുകയുണ്ടായി. 73 ഉം 74 ഉം ഭരണഘടനാ ഭേദഗതികൾക്കും ഒരു ദശകത്തിലേറെമുൻപാണ് ഇത് നടപ്പാക്കപ്പെട്ടത്. ത്രിപുരയിലും പഞ്ചായത്ത് സംവിധാനം തൃണമൂലതല ജനാധിപത്യത്തിനുള്ള ഫലപ്രദമായ ഉപകരണമായി മാറി; ഇതിനുപുറമെ ഭരണഘടനയുടെ ആറാം ഷെഡ്യൂൾ പ്രകാരമുള്ള ഗോത്രവർഗ്ഗ സ്വയം ഭരണ ജില്ലാ കൗൺസിലും രൂപീകരിക്കുകയുണ്ടായി. കേരളത്തിൽ 1996 ൽ എൽ ഡി എഫ് ഗവൺമെന്റ് വികേന്ദ്രീകൃത ആസൂത്രണത്തിനായുള്ള ജനകീയ കാംപെയിനിലൂടെ ജനാധിപത്യപരമായ അധികാരവികേന്ദ്രീകരണത്തിനുള്ള അനുപമമായ നടപടിക്ക് തുടക്കംകുറിച്ചു; ഗ്രാമസഭകളിൽനിന്നുള്ള ഇൻപുട്ടുകൾകൊണ്ട് താഴെനിന്ന് പദ്ധതി ആവിഷ്കരിക്കുന്നതാണ് ഇത്.

ജനാധിപത്യസംരക്ഷണവും പുതിയ വിപത്തുകളും

കമ്യൂണിസ്റ്റു പാർട്ടി തുടക്കംമുതൽ തന്നെ ജനാധിപത്യ സംവിധാനത്തെ വിപുലപ്പെടുത്താനും അഗാധമാക്കാനുമാണ് ശ്രമിച്ചത്. രണ്ടു തലങ്ങളിൽ പാർട്ടി ഇത് ചെയ്തു; ഒന്നാമതായി, പാർലമെന്ററി വേദികളിലൂടെയും ഭരണഘടനാപരവും ജനാധിപത്യപരവുമായ മാനദണ്ഡങ്ങൾ ശക്തിപ്പെടുത്തിക്കൊണ്ടുമാണ്. രണ്ടാമതായി, കമ്യൂണിസ്റ്റു പ്രസ്ഥാനം ജനാധിപത്യ അവകാശങ്ങൾ സംരക്ഷിക്കാൻ വേണ്ടിയും ജനാധിപത്യ

അവകാശങ്ങളെയും പൗരസ്വാതന്ത്ര്യങ്ങളെയും അടിച്ചമർത്തുന്ന കിരാത നിയമങ്ങൾക്കെതിരായും അവിരാമം പൊരുതി.

ജനാധിപത്യം സംരക്ഷിക്കുന്നതിനുള്ള പോരാട്ടത്തിൽ സി പി ഐ (എം) എല്ലായ്പ്പോഴും പാർട്ടി പരിപാടിയിൽ നല്കിയിട്ടുള്ള താക്കീത് മനസ്സിൽ കരുതിയിരുന്നു:

> പാർലമെന്ററി സംവിധാനത്തിനും ജനാധിപത്യത്തിനുമുള്ള ഭീഷണി അദ്ധ്വാനിക്കുന്ന ജനങ്ങളിൽനിന്നും അവരുടെ താല്പര്യങ്ങൾ പ്രതിനിധാനം ചെയ്യുന്ന പാർട്ടികളിൽനിന്നുമല്ല വരുന്നത്. ചൂഷക വർഗ്ഗങ്ങളിൽനിന്നാണ് ഈ ഭീഷണി വരുന്നത്. തങ്ങളുടെ സങ്കുചിത താല്പര്യങ്ങൾ സംരക്ഷിക്കുന്നതിനുള്ള ഉപകരണമാക്കിക്കൊണ്ട് പുറത്തുനിന്നും ഉള്ളിൽനിന്നും പാർലമെന്ററി സംവിധാനത്തെ തകർക്കുന്നത് അവർ തന്നെയാണ്. തങ്ങളുടെ ലക്ഷ്യങ്ങൾ നേടുന്നതിന് ജനങ്ങൾ പാർലമെന്ററി സ്ഥാപനങ്ങളെ ഉപയോഗിക്കാൻ തുടങ്ങുമ്പോൾ, വൻകിട ബൂർഷ്വാസിയുടെയും ഭൂപ്രഭുക്കളുടെയും സ്വാധീന വലയത്തിൽനിന്നും പാർലമെന്ററി സ്ഥാപനങ്ങളെ ജനങ്ങൾ മോചിതരാക്കുമ്പോൾ, ഈ വർഗ്ഗങ്ങൾ പാർലമെന്ററി ജനാധിപത്യത്തെ ചവിട്ടി അരയ്ക്കാൻപോലും മടിക്കുന്നില്ല.....

മുതലാളിത്തത്തിൽ എപ്പോഴും ജനാധിപത്യത്തെ ദുർബ്ബലപ്പെടുത്താനാണ് ശ്രമിക്കാറുള്ളത്. നവലിബറൽ വാഴ്ച സ്ഥാപിക്കപ്പെട്ടതിനെ തുടർന്ന് ഇത് കൂടുതൽ ശക്തമായി മാറിയിരിക്കുകയാണ്. ഭരണഘടന നല്കിയിട്ടുള്ള അവകാശങ്ങളിൽ മിക്കതും നിഷേധിക്കപ്പെടുകയാണ്, അഥവാ ഭരണാധികാരികളാൽ നിഷേധിക്കപ്പെടുകയാണ്. തൊഴിലാളികളുടെയും കൃഷിക്കാരുടെയും മറ്റ് അദ്ധ്വാനിക്കുന്ന ജനവിഭാഗങ്ങളുടെയും സമരങ്ങൾ നടക്കുമ്പോൾ പ്രത്യേകിച്ചും ഇതാണവസ്ഥ. നിരോധനാജ്ഞയിലൂടെയും അവർക്കെതിരെ പൊലീസിനെയും മറ്റു ഭരണകൂട ഉപകരണങ്ങളെയും അഴിച്ചുവിട്ടും കൂട്ടം ചേരാനുള്ള അവകാശം അവർക്ക് നിഷേധിക്കുകയാണ്; രാഷ്ട്രീയ നേതാക്കളെയും പ്രവർത്തകരെയും തടഞ്ഞുവയ്ക്കാൻ വിവിധ കിരാത നിയമങ്ങളുപയോഗിച്ച് കരുതൽ തടങ്കൽ ഏർപ്പെടുത്തുകയാണ്.

സ്വാതന്ത്ര്യാനന്തര ദശകങ്ങളിൽ തൊഴിലാളിവർഗ്ഗത്തിന്റെയും മറ്റ് അദ്ധ്വാനിക്കുന്ന ജനവിഭാഗങ്ങളുടെയും അവകാശങ്ങൾ സ്ഥാപിച്ചെടുക്കാൻ കമ്യൂണിസ്റ്റുകാർ പലപ്പോഴും ഭരണകൂടത്തിന്റെ മർദ്ദന നടപടികളെ ധീരമായി നേരിട്ടുകൊണ്ട് നിരന്തരം പോരാട്ടങ്ങളിൽ ഏർപ്പെട്ടിരുന്നു. കരുതൽ തടങ്കൽ സാദ്ധ്യമാക്കുന്ന മിസ, എൻ എസ് എ, ടാഡ, പോട്ട, യു എ പി എ എന്നിങ്ങനെയുള്ള കിരാത നിയമങ്ങൾ ഉപയോഗിക്കുന്നതിനെ പാർട്ടി വിട്ടുവീഴ്ച കൂടാതെ എന്നും എതിർത്തിരുന്നു. 1975 ൽ

ഇന്ദിരഗാന്ധി ഭരണത്തിൽ ആഭ്യന്തര അടിയന്തരാവസ്ഥ അടിച്ചേല്പിച്ചത് ഭരണവർഗ്ഗങ്ങളുടെ സങ്കുചിത താല്പര്യങ്ങൾ സംരക്ഷിക്കുന്നതിന് ജനാധിപത്യത്തെ അടിച്ചമർത്തുന്നതെങ്ങനെ എന്നതിന്റെ അതിതീവ്ര രൂപമാണ്. സി പി ഐ (എം) അടിയന്തരാവസ്ഥയെ എതിർക്കുകയും അതിനെതിരെ പൊരുതുകയും ചെയ്തു. പാർട്ടിയുടെ നൂറുകണക്കിന് കാഡർമാർ ജയിലിലടയ്ക്കപ്പെട്ടു.

ജനങ്ങൾക്ക് യോഗം ചേരാനും സമാധാനപരമായ പ്രതിഷേധങ്ങൾ നടത്താനും തൊഴിലാളികൾക്ക് പണിമുടക്ക് നടത്താനുമുള്ള അവകാശം നടപ്പിലാക്കാൻ കഴിയുന്നില്ലെങ്കിൽ ജനാധിപത്യം അർത്ഥശൂന്യമായി മാറും.

ഇടതുപക്ഷ ജനാധിപത്യശക്തികൾ നിരന്തരം നടത്തിയ പോരാട്ടം മൂലമാണ് മുകളിൽ സൂചിപ്പിച്ച നിയമങ്ങളിൽ ചിലത് റദ്ദാക്കപ്പെടുകയോ കാലഹരണപ്പെടാൻ അനുവദിക്കുകയോ ചെയ്തത്. എന്നാൽ എൻ എസ് എയും യു എ പി എയും (ഇതിനെ ബി ജെ പി ഗവൺമെന്റ് കൂടുതൽ മാരകമാക്കിയിരിക്കുകയാണ്) നിയമപുസ്തകങ്ങളിൽ ഇപ്പോഴും തുടരുകയാണ്; ഇപ്പോൾ വ്യാപകമായി ഉപയോഗിക്കപ്പെടുകയും ചെയ്യുന്നു.

ജനാധിപത്യത്തെ തല്ലിക്കെടുത്താൻ ദുരുപയോഗം ചെയ്യാനാവുന്ന ചില വകുപ്പുകൾ ഭരണഘടനയിലുണ്ട്. അതിലൊന്നാണ് ആർട്ടിക്കിൾ 356; ഭരണഘടനാ സംവിധാനത്തിന്റെയും ക്രമസമാധാനത്തിന്റെയും തകർച്ച ഉണ്ടായിരിക്കുന്നുവെന്ന് ഗവർണർ നല്കുന്ന റിപ്പോർട്ടിനെ അടിസ്ഥാനമാക്കി സംസ്ഥാന ഗവൺമെന്റിനെ പിരിച്ചുവിടാൻ പ്രസിഡന്റിന് അധികാരം നല്കുന്നതാണ് ആ ഭരണഘടനാ വ്യവസ്ഥ. 1959 ൽ കേരളത്തിലെ ആദ്യ കമ്യൂണിസ്റ്റ് മന്ത്രിസഭയെ പിരിച്ചുവിടാൻ ഉപയോഗിച്ചത് ആ വകുപ്പായിരുന്നു. പശ്ചിമബംഗാളിലും മറ്റു നിരവധി സംസ്ഥാനങ്ങളിലും പ്രസിഡന്റ് ഭരണം അടിച്ചേല്പിക്കാൻ ഉപയോഗിച്ചതും ഇതേ വകുപ്പ് തന്നെയാണ്. ജനാധിപത്യത്തിനും സംസ്ഥാനങ്ങളുടെ അവകാശങ്ങൾക്കും എതിരായിട്ടുള്ള പ്രഹരമായ ആർട്ടിക്കിൾ 356 ന്റെ ആവർത്തിച്ചുള്ള ദുരുപയോഗത്തെ എതിർക്കുന്നതിന് മറ്റു ജനാധിപത്യശക്തികളെയാകെ അണിനിരത്തുകയും പൊതുജനാഭിപ്രായം സ്വരൂപിക്കുകയും ചെയ്തതിൽ സുപ്രധാനമായ പങ്കുവഹിച്ചത് സി പി ഐ (എം) ആണ്.

തുടർച്ചയായി നടത്തിയ ഈ പ്രചാരണത്തിന്റെ ഫലമായി ഒടുവിൽ 1994 ൽ സുപ്രീംകോടതി ബൊമ്മൈ കേസിന്റെ വിധിയിൽ ആർട്ടിക്കിൾ 356 പ്രയോഗിക്കുന്നതിന് ചില നിയന്ത്രണങ്ങൾ കൊണ്ടുവന്നു; ജുഡീഷ്യൽ അവലോകനത്തിന് അതിനെ വിധേയമാക്കുകയുംചെയ്തു.

ശക്തമായ ഒരു കമ്യൂണിസ്റ്റു പ്രസ്ഥാനത്തിന്റെ വികാസത്തിനോട്, പ്രത്യേകിച്ചും സംസ്ഥാനങ്ങളിലെ ഇടത് നേതൃത്വത്തിലുള്ള ഗവൺമെന്റുകളോട്, ഭരണവർഗ്ഗങ്ങൾക്ക് സവിശേഷമായ ഒരു ശത്രുത തന്നെയാണുള്ളത്. അതാണ് രണ്ടു സംസ്ഥാനങ്ങളിലും–പശ്ചിമബംഗാളിലും (1971–77) ത്രിപുരയിലും (1988–1993)–അർദ്ധ ഫാസിസ്റ്റ് ഭീകരവാഴ്ചയ്ക്ക് നാം

സാക്ഷ്യം വഹിച്ചത്. ജനാധിപത്യത്തിനു നേരെയുള്ള ആക്രമണങ്ങളും ഭീകരതയും ഈ രണ്ട് സംസ്ഥാനങ്ങളിലും അത്യുഗ്രമായ രൂപത്തിൽ കഴിഞ്ഞ ചില വർഷങ്ങളായി വീണ്ടും ഉയർന്നുവരികയാണ്; പശ്ചിമ ബംഗാളിൽ തൃണമൂൽ ഭരണവും ത്രിപുരയിൽ ബി ജെ പിയുമാണ് ഇപ്പോൾ ഇത് ചെയ്യുന്നത്.

തങ്ങളുടെ താല്പര്യങ്ങൾ സംരക്ഷിക്കുന്നതിന് അദ്ധ്വാനിക്കുന്ന ജനത പാർലമെന്ററി സ്ഥാപനങ്ങളെ ഉപയോഗിക്കുകയാണെങ്കിൽ ഭരണവർഗ്ഗങ്ങൾ പാർലമെന്ററി ജനാധിപത്യത്തെത്തന്നെ ആക്രമിക്കും എന്ന പരിപാടിയിലെ താക്കീതിനെ ഇത് ശരിവയ്ക്കുന്നു. അതുകൊണ്ടാണ്, കമ്യൂണിസ്റ്റ് പ്രസ്ഥാനത്തിന്റെ ശക്തമായ രണ്ട് താവളങ്ങളിലും രാജ്യമാസകലവും ജനാധിപത്യത്തെയും ജനാധിപത്യാവകാശങ്ങളെയും സംരക്ഷിക്കുന്നതിനുള്ള സമരം നാം അഴിച്ചുവിട്ടുകൊണ്ടിരിക്കുന്നത്.

ഹിന്ദുത്വ സ്വേച്ഛാധിപത്യശക്തികൾ അധികാരത്തിൽ വന്നതിനു ശേഷം ഇത് കൂടുതൽ നിർണ്ണായകമായി തീർന്നിരിക്കുന്നു. കഴിഞ്ഞ ആറു വർഷത്തിനിടയിൽ ഭരണഘടന ഉറപ്പുനല്കുന്ന അവകാശങ്ങൾ സംരക്ഷിക്കുന്നതും ജനാധിപത്യസംരക്ഷണവും ഞങ്ങളുടെ സമരങ്ങളുടെ കേന്ദ്ര ബിന്ദുവായി മാറിയിരിക്കുകയാണ്.

ഭരണകൂടത്തിന്റെ വർഗ്ഗസ്വഭാവം പാർലമെന്ററി ജനാധിപത്യത്തെ വൻകിട ബിസിനസുകാരുടെയും ഗ്രാമീണ സമ്പന്നരുടെയും കൊള്ളക്കാരായ മുതലാളിത്ത വിഭാഗങ്ങളുടെയും കളിസ്ഥലമായി അധികമധികം മാറ്റപ്പെടുകയാണ്. നവലിബറൽ ക്രമത്തിൻകീഴിൽ ബിസിനസും രാഷ്ട്രീയവും കെട്ടുപിണഞ്ഞതായി മാറിയിരിക്കുകയാണ്.

പണക്കൊഴുപ്പുകൊണ്ട് ജനാധിപത്യത്തെ അധാർമ്മികമാക്കലും കോർപ്പറേറ്റുകളും ധനമൂലധനവും നല്കുന്ന അളവറ്റ പണത്തെ തിരഞ്ഞെടുപ്പിലേക്ക് ഒഴുക്കിവിട്ടുകൊണ്ട് തിരഞ്ഞെടുപ്പ് സമ്പ്രദായത്തെത്തന്നെ ദുഷിപ്പിക്കലും മഹാവിപത്തായി മാറി. വിദേശ–സ്വദേശ കോർപ്പറേറ്റുകൾക്ക് രാഷ്ട്രീയപ്പാർട്ടികൾക്ക് ഫണ്ട് നല്കാൻ കഴിയത്തക്കവിധം മോദി ഗവൺമെന്റ് നിയമങ്ങൾ ഭേദഗതി ചെയ്തു; ഇലക്ടറൽ ബോണ്ട് പദ്ധതിയിലൂടെ അവർക്ക് പേരു വെളിപ്പെടുത്താതെതന്നെ അത് ചെയ്യാൻ ഈ നിയമഭേദഗതിയിലൂടെ കഴിയും.

ബി ജെ പിയുടെ സ്വേച്ഛാധിപത്യവാഴ്ചയുടെ ജനാധിപത്യത്തിനെതിരായ കടന്നാക്രമണം ഏറെ ഗുരുതരമാണ്; ചിലരെ അല്ലെങ്കിൽ മറ്റുചിലരെ താല്ക്കാലികമായി മാറ്റിനിർത്താനോ ഒഴിവാക്കാനോ പോലും ബിജെപി ശ്രമിക്കുകയാണ്. നാം ഇന്നു സാക്ഷ്യംവഹിക്കുന്നത് എല്ലാ ഭരണഘടനാ സ്ഥാപനങ്ങളെയും ജനാധിപത്യ സ്ഥാപനങ്ങളെയും പാടെ അട്ടിമറിക്കുന്നതിനാണ്. ഹിന്ദു മെജോറിറ്റേറിയൻ റിപ്പബ്ലിക് സ്ഥാപിക്കുകയാണ് അവരുടെ ലക്ഷ്യം.

ഉപസംഹാരം

കാർഷിക പരിഷ്കരണത്തിനായുള്ള സമരം, ഇന്ത്യൻ ഭരണകൂട ഘടനയെ കൂടുതൽ ഫെഡറൽ അടിസ്ഥാനത്തിൽ പുതുക്കിപ്പണിയൽ, ഭരണവർഗ്ഗ അടിച്ചമർത്തൽ നേരിടുമ്പോൾ ജനാധിപത്യത്തെ കൂടുതൽ ആഴമേറിയതാക്കാനുള്ള നിരന്തര പരിശ്രമം എന്നിവയൊക്കെയാണ് നമുക്ക് മുന്നോട്ട് കൊണ്ടുപോകേണ്ടതായിട്ടുള്ള കമ്യൂണിസ്റ്റ് പ്രസ്ഥാനത്തിന്റെ സമ്പന്നമായ പൈതൃകം.

മുൻപൊരു കാലത്തും ഇപ്പോഴത്തേതുപോലെ ജനാധിപത്യവും പാർലമെന്ററി സംവിധാനവും വെല്ലുവിളി നേരിട്ടിട്ടില്ല. ജനാധിപത്യത്തെ സംരക്ഷിക്കുന്നതിന്റെയും ജനാധിപത്യവിരുദ്ധമായ എല്ലാ നിയമങ്ങളെയും നടപടികളെയും ചെറുക്കുന്നതിന്റെയും സുദീർഘമായ റിക്കാർഡുള്ള കമ്യൂണിസ്റ്റുകാർ ഇന്ന് വെല്ലുവിളി നേരിടാൻ ഉണർന്നെണീക്കേണ്ടതാണ്. എല്ലാ ജനാധിപത്യ–മതനിരപേക്ഷ ശക്തികളെയും ജനാധിപത്യത്തിന്റെയും ഭരണഘടനാപരമായ അവകാശങ്ങളുടെയും സംരക്ഷണത്തിനായി കൂട്ടിയോജിപ്പിക്കുന്നതിനുള്ള രാസത്വരകമെന്ന നിലയിലുള്ള പങ്ക് കമ്യൂണിസ്റ്റുകാർ വഹിക്കേണ്ടതുണ്ട്.

കമ്യൂണിസ്റ്റ് പാർട്ടിയും കാർഷിക പ്രശ്നങ്ങളും

എസ് രാമചന്ദ്രൻപിള്ള

ഇന്ത്യയിലെ കാർഷിക പ്രശ്നങ്ങളെ സംബന്ധിച്ച് കമ്യൂണിസ്റ്റ് പാർട്ടിക്ക് വളരെ വ്യക്തമായ ധാരണകളാണുള്ളത്. രൂപീകരണ കാലം മുതൽ കാർഷിക പ്രശ്നങ്ങളിൽ പാർട്ടി ഇടപെട്ടിരുന്നു. കമ്യൂണിസ്റ്റ് പാർട്ടിയുടെ ഇടപെടലുകളെ നാല് ഘട്ടങ്ങളായി വേർതിരിക്കാം. ഒന്ന്, സ്വാതന്ത്ര്യസമരകാലത്ത് നടത്തിയ ഇടപെടലുകൾ. രണ്ട് സ്വാതന്ത്ര്യ പ്രാപ്തിയെ തുടർന്ന് നടത്തിയ ഇടപെടലുകൾ. മൂന്ന്, മുതലാളിത്ത വികാസത്തിന്റെ ആദ്യഘട്ടത്തിൽ നടത്തിയ ഇടപെടലുകൾ. നാല്, നവ ഉദാരവല്ക്കരണ സാമ്പത്തിക നയങ്ങളുടെ ഘട്ടത്തിൽ നടത്തുന്ന ഇട പെടലുകൾ.

1921 ലും 1922 ലും ഇന്ത്യൻ നാഷണൽ കോൺഗ്രസിന്റെ 36 ഉം, 37 ഉം വാർഷിക സമ്മേളനങ്ങൾ ഗുജറാത്തിലെ അഹമ്മദാബാദിലും ബിഹാറിലെ ഗയയിലും ചേർന്നിരുന്നു. ഈ രണ്ട് സമ്മേളനങ്ങളിലും കമ്യൂണിസ്റ്റ് പാർട്ടി രേഖകൾ വിതരണം ചെയ്തിരുന്നു. ഇന്ത്യൻ സ്വാതന്ത്ര്യത്തെയും കാർഷിക പ്രശ്നങ്ങളെയും പറ്റിയുള്ള കമ്യൂണിസ്റ്റ് പാർട്ടിയുടെ മൗലിക സമീപനങ്ങൾ ഈ രേഖകൾ വ്യക്തമാക്കിയിരുന്നു. പ്രതിഫലം നല്കാതെ ഭൂപ്രഭുത്വം അവസാനിപ്പിച്ച് ഭൂമി സർക്കാരിൽ നിക്ഷിപ്തമാക്കുക, പണിയെടുക്കുന്ന കർഷക ജനവിഭാഗങ്ങൾക്ക് ഭൂമി സൗജന്യമായി വിതരണം ചെയ്യുക എന്നിവയായിരുന്നു കാർഷിക മേഖലയിൽ മുന്നോട്ടുവെച്ച പ്രധാനപ്പെട്ട ആവശ്യങ്ങൾ. 'കൃഷിഭൂമി കൃഷിക്കാർക്ക്' എന്നതായിരുന്നു സ്വാതന്ത്ര്യസമരകാലത്തെ മുദ്രാവാക്യം. കടം എഴുതിത്തള്ളുക, കുറഞ്ഞ പലിശയ്ക്ക് കടം നല്കുക, ആധുനിക കൃഷി സമ്പ്രദായം സ്വീകരിച്ച് ഉല്പാദനക്ഷമതയും ഉല്പന്നവും വർദ്ധിപ്പിക്കുക, സഹകരണ പ്രസ്ഥാനം വികസിപ്പിക്കുക തുടങ്ങിയ ആവശ്യങ്ങളും അന്ന് പാർട്ടി ഉയർത്തുകയുണ്ടായി.

പാർട്ടിയുടെ രൂപീകരണകാലത്ത് ഉയർത്തിയ മുദ്രാവാക്യങ്ങൾ കാലത്തിനനുസരിച്ച് പില്ക്കാലത്ത് പാർട്ടി വികസിപ്പിക്കുകയുണ്ടായി. 1930 ൽ 'കർമ്മപരിപാടി' എന്നൊരു രേഖ കമ്യൂണിസ്റ്റ് പാർട്ടി അംഗീകരിച്ചു. മാർക്സിസത്തിന്റെ അടിസ്ഥാനത്തിൽ സാമ്രാജ്യവിരുദ്ധ സമരത്തിന്റെയും കാർഷിക വിപ്ലവത്തിന്റെയും പ്രാധാന്യം കർമ്മപരിപാടി വിലയിരുത്തി. സാമൂഹ്യവും മതപരവുമായ പഴയ വ്യവസ്ഥ അടിച്ചേല്പിച്ച എല്ലാ അസമത്വങ്ങൾക്കുമെതിരെ കർമ്മപരിപാടി തുറന്ന യുദ്ധം പ്രഖ്യാപിച്ചു. കർമ്മപരിപാടിയിലെ ഒരു ഭാഗം താഴെ കൊടുക്കുന്നു:

> ഇന്ത്യയുടെ അടിമത്തം അവസാനിപ്പിക്കാനും കടുത്ത ദാരിദ്ര്യത്തിൽനിന്ന് തൊഴിലാളിവർഗ്ഗത്തെയും കൃഷിക്കാരെയും മോചിപ്പിക്കാനും രാജ്യത്തിന്റെ സ്വാതന്ത്ര്യം നേടിയെടുക്കുകയും കാർഷിക വിപ്ലവത്തിന്റെ കൊടിക്കൂറ ഉയർത്തിപ്പിടിക്കുകയും ചെയ്യേണ്ടത് അങ്ങേയറ്റം അനിവാര്യമാണ്. കാർഷിക വിപ്ലവം മദ്ധ്യകാലം മുതൽ നിലനിന്നുപോരുന്ന ഭൂപ്രഭുത്വ വ്യവസ്ഥ തകർക്കുകയും മദ്ധ്യകാലത്തെ ചപ്പുചവറുകളിൽനിന്ന് രാജ്യത്തെ ശുദ്ധീകരിക്കുകയും ചെയ്യുന്നു. ബ്രിട്ടീഷ് മുതലാളിത്തത്തിനും ഭൂപ്രഭുത്വത്തിനും എതിരായ കാർഷിക വിപ്ലവമായിരിക്കണം ഇന്ത്യയുടെ വിപ്ലവകരമായ മോചനത്തിന്റെ അടിസ്ഥാനം.

നാട്ടുരാജ്യ വ്യവസ്ഥ അവസാനിപ്പിക്കുക, ഭൂപ്രഭുക്കൾ, നാട്ടുരാജാക്കന്മാർ, ആരാധനാലയങ്ങൾ, ബ്രിട്ടീഷ് ഉദ്യോഗസ്ഥന്മാർ എന്നിവരുടെ ഭൂമിയും വനഭൂമിയും പ്രതിഫലം കൂടാതെ കണ്ടുകെട്ടുക, അടിമത്ത പണി ചെയ്യാൻ നിർബ്ബന്ധിക്കുന്ന കരാറുകളും ഹുണ്ടികക്കാർക്കും ബാങ്കുകൾക്കും നല്കാനുള്ള കടങ്ങളും റദ്ദാക്കുക എന്നീ ആവശ്യങ്ങളും ഉന്നയിച്ചു. ബ്രിട്ടീഷ് ഗവൺമെന്റും ഇന്ത്യയിലെ പിന്തിരിപ്പൻ വർഗ്ഗങ്ങളും സാമുദായിക സംഘർഷം വളർത്തിക്കൊണ്ടുവരാൻ ശ്രമിക്കുന്നുവെന്ന് കർമ്മപരിപാടി മുന്നറിയിപ്പ് നല്കി. വിവിധ ദേശീയ ജനവിഭാഗങ്ങളിൽപ്പെട്ടവരെയും മതവിശ്വാസികളെയും പ്രകോപിപ്പിച്ച് ഏറ്റുമുട്ടിക്കാനാണ് അവർ ശ്രമിക്കുന്നതെന്നും പരിപാടി ചൂണ്ടിക്കാട്ടി. തൊട്ടുകൂടായ്മയെയും ജാതിവ്യവസ്ഥയെയും ശക്തിയായി അപലപിച്ച കർമ്മപരിപാടി ഇവ രണ്ടും അവസാനിപ്പിക്കണമെങ്കിൽ രാജ്യത്ത് നിലനില്ക്കുന്ന നാടുവാഴിത്ത വ്യവസ്ഥ തകർക്കണമെന്ന് അഭിപ്രായപ്പെട്ടു. കോൺഗ്രസിന്റെയും മറ്റു ചില സംഘടനകളുടെയും നേതാക്കന്മാർ സ്വീകരിച്ച സമീപനത്തിൽനിന്നും വ്യത്യസ്തമായ സമീപനമാണ് കമ്യൂണിസ്റ്റ് പാർട്ടി സ്വീകരിച്ചത്. മറ്റുള്ളവർ തൊട്ടുകൂടായ്മയെയും ജാതിവ്യവസ്ഥയെയും ഹിന്ദു സാമൂഹ്യ പരിഷ്കരണ പ്രശ്നങ്ങളായി മാത്രം കണ്ടു. ഈ 'അസ്പൃശ്യരുടെ' അണികളിൽനിന്നു വന്ന ഉശിരൻ നേതാക്കന്മാർപോലും തങ്ങളുടെ പോരാട്ടത്തെ ഭൂപ്രഭുത്വത്തിനും നാടുവാഴിത്തത്തിനുമെതിരായ പോരാട്ടവുമായി കൂട്ടിയിണക്കുന്നതിൽ പരാജയപ്പെട്ടു.

കൃഷിക്കാരുടെയും കർഷകത്തൊഴിലാളികളുടെയും സമരങ്ങളും സംഘടനകളും വളർത്തിക്കൊണ്ടുവരാൻ കമ്യൂണിസ്റ്റ് പാർട്ടി എക്കാലത്തും പരിശ്രമിച്ചിരുന്നു. ഇന്ത്യൻ സമൂഹത്തെ സോഷ്യലിസ്റ്റ് സമൂഹമായി വികസിപ്പിക്കുന്നതിന്റെ മുന്നുപാധിയായ ജനാധിപത്യ വിപ്ലവത്തിന്റെ അടിത്തറ വിജയകരമായ കാർഷിക വിപ്ലവമാണ്. ഭൂപ്രഭുത്വം അവസാനിപ്പിച്ച് പണിയെടുക്കുന്ന കൃഷിക്കാർക്ക് ഉല്പാദനം നടത്തുന്നതിനായി ഭൂമി വിതരണം ചെയ്യുകയാണ് കാർഷിക വിപ്ലവത്തിന്റെ ഏറ്റവും പ്രധാന കടമ. ഈ കടമ നിർവ്വഹിക്കുന്നതിന് കർഷകത്തൊഴിലാളികളെയും ദരിദ്ര കർഷകരെയും കേന്ദ്രമാക്കി, ഭൂപ്രഭുത്വം അവസാനിപ്പിക്കുന്നതിൽ താല്പര്യമുള്ള മറ്റ് എല്ലാ കാർഷിക ജനവിഭാഗങ്ങളെയും അണിനിരത്തുവാനാണ് കമ്യൂണിസ്റ്റ് പാർട്ടി ശ്രമിക്കുന്നത്. കാർഷിക ജനവിഭാഗങ്ങളുടെ സംഘടനകളെ പാർട്ടി അതിന്റെ പോഷക സംഘടനകളായല്ല കാണുന്നത്. അതത് ജനവിഭാഗങ്ങളുടെ സ്വതന്ത്ര ജനാധിപത്യ സംഘടനകളായാണ്. കാർഷിക ജനവിഭാഗങ്ങൾ അവകാശ ബോധമുള്ളവരും സംഘടിതരുമാകുന്നതിലാണ് പാർട്ടിക്ക് താല്പര്യം. പാർട്ടി അംഗങ്ങളായ കാർഷിക സംഘടനയിലെ പ്രവർത്തകർ പാർട്ടിയുടെ നയസമീപനങ്ങൾ ബഹുജന സംഘടനയിൽ അടിച്ചേല്പിക്കാൻ ഒരിക്കലും ശ്രമിക്കുകയില്ല. കാർഷിക പ്രശ്നങ്ങളിൽ പാർട്ടി എടുക്കുന്ന നയസമീപനങ്ങളുടെ ശാസ്ത്രീയതയും ശരിയും ബോദ്ധ്യപ്പെടുത്തുന്ന സമീപനമാണ് പാർട്ടി സ്വീകരിച്ചുപോരുന്നത്. കാർഷിക ജനവിഭാഗങ്ങളുടെ പ്രവർത്തനാനുഭവങ്ങളിൽ നിന്നു പാഠങ്ങൾ പഠിക്കാനും പാർട്ടി നിരന്തരം ശ്രമിക്കും. ഒരു വർഗ്ഗസംഘടനയെന്ന നിലയിൽ അഖിലേന്ത്യാടിസ്ഥാനത്തിൽ കർഷകപ്രസ്ഥാനം രൂപീകൃതമായത് 1936 ഏപ്രിൽ 11 മുതൽ 13 വരെ തീയതികളിൽ ലഖ്നൗവിൽ ചേർന്ന അഖിലേന്ത്യാ സമ്മേളനത്തിൽവെച്ചായിരുന്നു. ഇതിനു മുന്നോടിയായി 1936 ജനുവരി 15, 16 തീയതികളിൽ മീററ്റിൽവെച്ച് കോൺഗ്രസിലെ ഇടതുവിഭാഗക്കാരുടെയും സോഷ്യലിസ്റ്റുകളുടെയും കമ്യൂണിസ്റ്റ് പാർട്ടി പ്രവർത്തകരുടെയും യോഗം ചേർന്നിരുന്നു. അഖിലേന്ത്യാടിസ്ഥാനത്തിൽ കർഷകപ്രസ്ഥാനം രൂപീകരിക്കണമെന്ന് മീററ്റിലെ സമ്മേളനം തീരുമാനിച്ചു. വെള്ളക്കാരുടെ ആധിപത്യത്തിനെതിരായി വളർന്നുവരുന്ന ദേശീയ സ്വാതന്ത്ര്യ സമരത്തിന് ജനകീയ സ്വഭാവം നല്കേണ്ടതുണ്ട്. കർഷക ജനവിഭാഗങ്ങളെ അവകാശബോധമുള്ളവരും സംഘടിതരുമാക്കി അണിനിരത്തിയാൽ മാത്രമേ ജനലക്ഷങ്ങൾ സ്വാതന്ത്ര്യസമരത്തിൽ അണിനിരക്കുകയുള്ളു. ഭൂപ്രഭുത്വം അവസാനിപ്പിക്കുക, പണിയെടുക്കുന്ന യഥാർത്ഥ കൃഷിക്കാർക്ക് ഭൂമി വിതരണം ചെയ്യുക, കുറഞ്ഞ പലിശയ്ക്ക് കടം നല്കുക, കർഷകത്തൊഴിലാളികൾക്ക് മിനിമം കൂലി നല്കുക, അപകടത്തിൽപ്പെടുന്ന കർഷകത്തൊഴിലാളികൾക്ക് നഷ്ടപ്രതിഫലം നല്കുന്ന നിയമം നടപ്പിലാക്കുക, ജലസേചന സൗകര്യങ്ങൾ വിപുലപ്പെടുത്തുക, ഉല്പാദന വർദ്ധനവ് നേടുന്നതിന് ആധുനിക കൃഷി സമ്പ്രദായം സ്വീക

രിക്കുക തുടങ്ങിയ കർഷക ജനവിഭാഗങ്ങളുടെ എല്ലാ പ്രധാനപ്പെട്ട ആവശ്യങ്ങളും അഖിലേന്ത്യാ കിസാൻ സഭയുടെ രൂപീകരണ സമ്മേളനം തന്നെ അംഗീകരിച്ചിരുന്നു. കർഷക ജനവിഭാഗങ്ങളുടെയും തൊഴിലാളികളുടെയും ഐക്യത്തിന് സമ്മേളനം വമ്പിച്ച പ്രാധാന്യം നല്കി. കമ്യൂണിസ്റ്റ് പാർട്ടി ഈ തീരുമാനങ്ങൾക്ക് പൂർണ്ണമായ പിന്തുണ നല്കി.

ബ്രിട്ടീഷ് വാഴ്ചക്കാലത്ത് കർഷക ജനവിഭാഗങ്ങളുടെ ശക്തിമത്തായ സമരങ്ങൾ വിവിധ സംസ്ഥാനങ്ങളിൽ നടക്കുകയുണ്ടായി. ബംഗ്ലാദേശിന്റെയും ആസാമിന്റെയും ഭാഗങ്ങൾ ഉൾപ്പെടുന്ന സുർമ താഴ്വരയിലെ കൃഷിക്കാരുടെ സമരം, ബംഗാളിലെ പാട്ടം കൃഷിക്കാരുടെ തേഭാഗ സമരം, ബീഹാറിലെ കുടിയാന്മാരുടെ ബാകാഷ്ത് സമരം, ഉത്തർപ്രദേശിലെ ഔഥ് പ്രദേശത്തെ കൃഷിക്കാരുടെ സമരം, ജമ്മുകശ്മീരിലെ കൃഷിക്കാരുടെ സമരം, പഞ്ചാബിലെ കൃഷിക്കാരുടെ സമരങ്ങൾ, മഹാരാഷ്ട്രയിലെ വർളി പ്രദേശത്തെ ആദിവാസി ജനവിഭാഗങ്ങളുടെ സമരങ്ങൾ, ആന്ധ്രയിലെ തെലങ്കാന സമരം, തമിഴ്നാട്ടിലെയും കേരളത്തിലെയും കൃഷിക്കാരുടെയും കർഷകത്തൊഴിലാളികളുടെയും സമരങ്ങൾ എന്നിവ കർഷക ജനവിഭാഗങ്ങളിൽ ഉണരുന്ന അവകാശബോധത്തിന്റെയും സംഘടനാബോധത്തിന്റെയും പ്രതിഫലനങ്ങളായിരുന്നു. ഈ സമരങ്ങളിൽ നിരവധി കൃഷിക്കാരും കർഷകത്തൊഴിലാളികളും രക്തസാക്ഷികളായി. വീടും ധനവും നഷ്ടപ്പെട്ടു. ലക്ഷക്കണക്കിന് പ്രവർത്തകർക്ക് പൊലീസിന്റെയും ഭൂപ്രഭുക്കളുടെയും ഗുണ്ടകളുടെയും മർദ്ദനമേല്ക്കേണ്ടിവന്നു. ആയിരക്കണക്കിന് പ്രവർത്തകർ തങ്ങളുടെ ജീവിതത്തിന്റെ മുഖ്യകാലം തടങ്കലിൽ കഴിയേണ്ടിവന്നു. 'കൃഷിഭൂമി കൃഷിക്കാർക്ക്' എന്ന മുദ്രാവാക്യം നടപ്പാക്കുവാൻ സ്വാതന്ത്ര്യപ്രാപ്തിയ്ക്കുശേഷം അധികാരത്തിൽ വന്ന കോൺഗ്രസിന്റെ ഭരണാധികാരികൾ തയ്യാറായില്ല. സ്വാതന്ത്ര്യസമരകാലത്ത് കർഷക ജനവിഭാഗങ്ങൾക്ക് നല്കിയ വാഗ്ദാനം പാലിക്കുകയെന്ന ആവശ്യം ഉന്നയിച്ചുകൊണ്ട് ഏതാണ്ട് എല്ലാ സംസ്ഥാനങ്ങളിലും സമരങ്ങൾ വളർന്നുവന്നു. കമ്യൂണിസ്റ്റ് പാർട്ടി ഈ സമരങ്ങളുടെ മുൻപന്തിയിലുണ്ടായിരുന്നു. ഭൂപ്രഭുത്വം അവസാനിപ്പിക്കാൻ കഴിഞ്ഞില്ലെങ്കിലും അതിനുവേണ്ടി ചില നിയമങ്ങൾ പാസാക്കുവാൻ കോൺഗ്രസ് ഗവണ്മെന്റുകൾ നിർബ്ബന്ധിതമായി. ഒട്ടേറെ പഴുതുകൾ ഉള്ളതായിരുന്നു കോൺഗ്രസ് സർക്കാരുകൾ പാസാക്കിയ നിയമങ്ങൾ. പില്കാലത്ത് കമ്യൂണിസ്റ്റ് പാർട്ടി രണ്ട് പ്രധാനപ്പെട്ട പ്രമേയങ്ങൾ – ഒന്ന് 1954 ലും മറ്റൊന്ന് 1958 ലും – അംഗീകരിക്കുകയുണ്ടായി. പാർട്ടിയുടെ കേന്ദ്രക്കമ്മിറ്റി 1954 ഏപ്രിലിൽ പാസാക്കിയ പ്രമേയം കാർഷിക ബന്ധങ്ങൾ പരിഷ്കരിക്കാൻ കോൺഗ്രസ് സർക്കാരുകൾ എടുത്തുവരുന്ന നടപടികളെ വിമർശനപരമായി വിലയിരുത്തി. കാർഷിക ജനവിഭാഗങ്ങളുടെ പ്രശ്നങ്ങൾക്ക് എങ്ങനെ പരിഹാരം കാണാനാകുമെന്നതിനെപ്പറ്റി പാർട്ടിയുടെ നിലപാട് വ്യക്തമാക്കി. കാർഷിക മേഖലയിലെ മുതലാളിത്ത വളർച്ചയെപ്പറ്റി പാർട്ടി അക്കാല

ത്തുതന്നെ ശരിയായി വിലയിരുത്തിയിരുന്നു. കർഷക തൊഴിലാളികളുടെയും സ്ത്രീകളുടെയും ആവശ്യങ്ങൾ ഉയർത്തിക്കൊണ്ടുവരേണ്ടതിന്റെ പ്രാധാന്യവും എടുത്തുപറഞ്ഞു. അവരെ കർഷകസംഘത്തിലും കർഷകത്തൊഴിലാളി സംഘടനകളിലും അംഗങ്ങളാക്കാനുള്ള പ്രവർത്തനം ഉഷാറാക്കേണ്ടതുണ്ടെന്ന് പാർട്ടി ചൂണ്ടിക്കാട്ടി. 1958 ൽ പാർട്ടിയുടെ നാഷണൽ കൗൺസിൽ പാസാക്കിയ 'കാർഷിക പ്രശ്നങ്ങളുടെ ചില വശങ്ങൾ' എന്ന പ്രമേയം സംസ്ഥാനങ്ങളിലെ കോൺഗ്രസ് സർക്കാരുകളുടെ ഭൂപരിഷ്കാര നടപടികളുടെ ലക്ഷ്യമെന്തെന്ന് വ്യക്തമാക്കി. ഫ്യൂഡൽ പ്രഭുക്കളെ മുതലാളിത്ത ഭൂപ്രഭുക്കളായി പരിവർത്തനം ചെയ്യുന്ന സ്വഭാവത്തിലുള്ള മുതലാളിത്തത്തിന്റെ വളർച്ച കാർഷിക മേഖലയിൽ നടക്കുന്നതായി പ്രമേയം ചൂണ്ടിക്കാട്ടി. സെമീന്ദാരി സമ്പ്രദായം നിർത്തലാക്കുന്നതിന് നിയമങ്ങൾ പാസാക്കിയെങ്കിലും പാവപ്പെട്ട കർഷക ജനവിഭാഗങ്ങൾക്ക് സൗജന്യമായി ഭൂമി വിതരണം ചെയ്യുന്ന നടപടി മുന്നോട്ടുപോയില്ലെന്ന് പ്രമേയം അഭിപ്രായപ്പെട്ടു. കുടിയാന്മാർ വൻതോതിൽ ഒഴിപ്പിക്കപ്പെടുന്ന കാര്യം പ്രമേയം ചൂണ്ടിക്കാണിച്ചു. കോൺഗ്രസ് ഭരിക്കുന്ന സംസ്ഥാനങ്ങളിൽ പാസാക്കിയ ഭൂപരിഷ്കരണ നിയമങ്ങളിലെ പഴുതുകളും ഒഴിവാക്കലുകളും വഴി മിച്ചഭൂമി വൻതോതിൽ കൈമാറ്റം ചെയ്യപ്പെടുന്നതായി പ്രമേയം അഭിപ്രായപ്പെട്ടു. കുടിയാന്മാരെ ഒഴിപ്പിക്കുന്ന നടപടിയെ പ്രമേയം വിമർശിച്ചു. മിച്ചഭൂമി നിർണ്ണയിക്കുന്ന സമ്പ്രദായം ഫലത്തിലൊരു പ്രഹസനം മാത്രമായി മാറി. ഇന്ത്യയിലെ കാർഷിക മേഖലയിലെ പ്രശ്നങ്ങളെപ്പറ്റിയുള്ള കമ്യൂണിസ്റ്റ് പാർട്ടിയുടെ നിലപാട് വ്യക്തമാക്കുന്ന ഒരു പ്രധാനപ്പെട്ട രേഖയായി 1958 ലെ നാഷണൽ കൗൺസിൽ പ്രമേയത്തെ കണക്കാക്കുന്നു. 1957 ൽ കേരളത്തിൽ ഇ എം എസിന്റെ നേതൃത്വത്തിൽ സംസ്ഥാന മന്ത്രിസഭ രൂപീകരിച്ചു. ഭൂപരിഷ്കരണ രംഗത്ത് വിപ്ലവകരമായ നടപടികൾ കമ്യൂണിസ്റ്റ് മന്ത്രിസഭ സ്വീകരിച്ചു. പിന്നീട് പലപ്പോഴും കേരളത്തിൽ കമ്യൂണിസ്റ്റ് പാർട്ടിക്ക് മുൻകൈയുള്ള ഇടതുജനാധിപത്യ മുന്നണി സർക്കാരുകൾ അധികാരത്തിൽ വരികയുണ്ടായി. ഇത്തരം സർക്കാരുകളുടെയും കമ്യൂണിസ്റ്റ് പാർട്ടിയംഗങ്ങൾ പ്രവർത്തിക്കുന്ന കർഷക, കർഷകത്തൊഴിലാളി സംഘടനകളുടെയും പ്രവർത്തനഫലമായി കാർഷിക മേഖലയിൽ പാവപ്പെട്ട ജനവിഭാഗങ്ങളുടെ താല്പര്യങ്ങൾ സംരക്ഷിക്കുന്നതിന് ഉതകുന്ന ഫലപ്രദമായ ഭൂപരിഷ്കാര നടപടികൾ സ്വീകരിച്ചു. 28 ലക്ഷത്തോളം കുടിയാന്മാർ അവർ കൃഷിചെയ്യുന്ന ഭൂമിയുടെ ഉടമസ്ഥരായി. അഞ്ചരലക്ഷത്തോളം കുടികിടപ്പുകാർ കുടികിടക്കുന്ന ഭൂമിയുടെയും വീടിന്റെയും ഉടമകളായി. ജാതിജന്മിനാടുവാഴിത്ത മേധാവിത്വത്തിന്റെ അടിവേരറുത്ത നടപടിയായാണ് ഇ എം എസ് കേരളത്തിലെ ഭൂപരിഷ്കാര നടപടികളെ വിലയിരുത്തിയത്. കേരളത്തിലെ കാർഷിക മേഖലയിൽ കമ്യൂണിസ്റ്റ് പാർട്ടി നടത്തിയ ഏറ്റവും വലിയ ഇടപെടലായി ഭൂപരിഷ്കാര നടപടികളെ കണക്കാക്കാം. കാർഷിക മേഖലയിൽ പുരോഗമന

പരമായ മാറ്റം കൈവരിക്കുന്നതിന് പാർട്ടിയും ഇടത് സർക്കാരും ബഹുജന സംഘടനകളും പശ്ചിമബംഗാളിലും ത്രിപുരയിലും ഇടപെടുകയുണ്ടായി. സ്വാതന്ത്ര്യത്തിന് ശേഷം ഭരണവർഗ്ഗങ്ങൾ മുതലാളിത്ത വികസന തന്ത്രമാണ് ഇന്ത്യയെ ആധുനികവല്ക്കരിക്കുന്നതിനുവേണ്ടി തെരഞ്ഞെടുത്തത്. സ്വാതന്ത്ര്യാനന്തര കാലത്തെ മുതലാളിത്ത വളർച്ചയെ രണ്ട് ഘട്ടങ്ങളായി വേർതിരിക്കാം. ഒന്ന്, 1990 കൾ വരെ സർക്കാർ നേരിട്ടിടപെട്ട് മുതലാളിത്ത വളർച്ച ആർജ്ജിച്ച ഘട്ടം. രണ്ട്, 1990 നു ശേഷം നവഉദാരവല്ക്കരണ സാമ്പത്തിക നയങ്ങൾ നടപ്പാക്കിയ ഘട്ടം. ഇക്കാലത്ത് ഗവണ്മെന്റ് സാമ്പത്തിക കാര്യങ്ങളിൽ നിന്ന് പിന്മാറി, കാര്യങ്ങൾ മുതലാളിത്ത കമ്പോളത്തിന് വിട്ടുകൊടുക്കുകയാണ് ചെയ്തത്. 1964 ലാണ് കമ്യൂണിസ്റ്റ് പാർട്ടി കമ്യൂണിസ്റ്റ് മാർക്സിസ്റ്റ് പാർട്ടിയായി പുനഃസംഘടിച്ച് പ്രവർത്തനം ആരംഭിച്ചത്. എല്ലാ ബഹുജനമേഖലകളിലും പ്രവർത്തനം ഊർജ്ജസ്വലമാക്കുന്നതിന്റെ ഭാഗമായി കാർഷിക മേഖലയിലെ പ്രവർത്തനങ്ങൾ കാര്യക്ഷമമാക്കുന്നതിന് 1967 ൽ പാർട്ടിയുടെ കേന്ദ്രക്കമ്മിറ്റി 'കാർഷിക മേഖലയിലെ കടമകൾ' എന്ന ഒരു രേഖ അംഗീകരിച്ചു. പരിഷ്കരണവാദത്തിനും ഇടത് തീവ്രവാദ നിലപാടുകൾക്കുമെതിരെ പാർട്ടിക്ക് ഇക്കാലത്ത് ശക്തിമത്തായ പോരാട്ടം നടത്തേണ്ടിവന്നു. ഫ്യൂഡൽ വിരുദ്ധ സമരത്തിന്റെ കാലഘട്ടം അവസാനിച്ചതായും കാർഷിക മേഖലയിൽ മുതലാളിത്ത വളർച്ച പൂർണ്ണമായെന്നും വലതുപക്ഷ പരിഷ്കരണവാദികൾ അഭിപ്രായപ്പെട്ടു. ഇടതുപക്ഷ തീവ്രവാദികളാവട്ടെ ഭൂപ്രഭുത്വവും അർദ്ധ ഫ്യൂഡൽ ബന്ധങ്ങളും മാറ്റമില്ലാതെ തുടരുന്നതായും വിലയിരുത്തി. ഗ്രാമീണ മേഖലയിലെ മുതലാളിത്ത വളർച്ച അവർ അംഗീകരിച്ചില്ല. യഥാർത്ഥത്തിൽ ഈ രണ്ട് വിലയിരുത്തലുകളും കാർഷിക മേഖലയിലെ അന്നത്തെ വസ്തുതകളുമായി പൊരുത്തപ്പെടുന്നതായിരുന്നില്ല. ഫ്യൂഡൽ ബന്ധങ്ങളും സ്ഥാപനങ്ങളും തുടരുന്നതോടൊപ്പം മുതലാളിത്ത വളർച്ച നടക്കുന്നുവെന്ന യാഥാർത്ഥ്യം പരിഷ്കരണവാദികളും ഇടതുപക്ഷ തീവ്രവാദ നിലപാട് സ്വീകരിക്കുന്നവരും അംഗീകരിച്ചിരുന്നില്ല.

കാർഷിക മേഖലയിലെ വളരുന്ന മുതലാളിത്ത ബന്ധങ്ങളെ പാർട്ടി സസൂക്ഷ്മം വിലയിരുത്തി വന്നു. 1970 കളുടെ ആദ്യം മുതലാളിത്ത വളർച്ച ഉയർത്തിയ ചില പ്രശ്നങ്ങളെ ആസ്പദമാക്കി പാർട്ടിക്കുള്ളിൽ സംവാദങ്ങൾ നടന്നു. ഭൂമിയുടെ പരിധി, ചെറുകിട ഭൂഉടമകളുടെ കീഴിലെ കുടിയാന്മാരുടെ അവകാശങ്ങൾ, ഭൂമിക്കും കൂലിക്കും വേണ്ടിയുള്ള കർഷകത്തൊഴിലാളികളുടെ സമരം, കാർഷിക മേഖലയിലെ യന്ത്രവല്ക്കരണം, കാർഷിക ഉല്പന്നങ്ങളുടെ വില തുടങ്ങിയ വിഷയങ്ങളെപ്പറ്റി മുസഫർപൂരിൽ 1973 ൽ ചേർന്ന പാർട്ടിയുടെ കേന്ദ്രക്കമ്മിറ്റി യോഗം ചർച്ച ചെയ്തു. 'ചില കാർഷിക പ്രശ്നങ്ങളെപ്പറ്റിയുള്ള പ്രമേയം' കേന്ദ്രക്കമ്മിറ്റി അംഗീകരിച്ചു. ഈ രേഖ, തർക്കങ്ങൾ പരിഹരിക്കുന്നതിന് സഹായിച്ചില്ല. ഉയർന്നുവന്ന എല്ലാ പ്രശ്നങ്ങൾക്കും, 1976 ൽ അംഗീകരിച്ച

'അടവുനയത്തെപ്പറ്റി' എന്ന കേന്ദ്രക്കമ്മിറ്റി രേഖ ഉത്തരംകണ്ടു. കാർഷിക മേഖലയിൽ സംഭവിക്കുന്ന മുതലാളിത്ത വളർച്ചയെ ശരിയായ നിലയിൽ വിലയിരുത്തിയ രേഖ, ഉയർത്തേണ്ട മുദ്രാവാക്യങ്ങളെപ്പറ്റി വ്യക്തമായ ധാരണയിലെത്തിച്ചേർന്നു. ഭൂപ്രഭുത്വം അവസാനിപ്പിച്ച് ഭൂമി കർഷകത്തൊഴിലാളികൾക്കും ദരിദ്രകൃഷിക്കാർക്കും വിതരണം ചെയ്യുകയെന്ന കാർഷിക വിപ്ലവ കടമ ജനാധിപത്യ വിപ്ലവഘട്ടത്തിലാകെ തുടരുമെങ്കിലും കാർഷിക മേഖലയിൽ കോൺഗ്രസ് സർക്കാരുകൾ നടപ്പിലാക്കിയ ഭൂപരിഷ്കരണ നിയമങ്ങൾ വരുത്തിയ ഘടനാപരമായ മാറ്റങ്ങളും സംഘടനയുടെ ഇന്നത്തെ സ്ഥിതിയും കർഷക ജനവിഭാഗങ്ങളുടെ ബോധനിലവാരവും കണക്കിലെടുത്താൽ അത് ഇന്നൊരു പ്രചരണ മുദ്രാവാക്യം മാത്രമാണ്. ഭൂപ്രഭുക്കളുടെ ഭൂമി ഏറ്റെടുക്കുകയും വിതരണം ചെയ്യുകയും വേണമെന്ന മുദ്രാവാക്യം ഉയർത്തുന്നതോടൊപ്പം ഗ്രാമീണ തൊഴിലാളികളുടെ വേതനം, പാട്ടം കുറയ്ക്കൽ, കടം എഴുതിത്തള്ളുക, കാർഷികോല്പന്നങ്ങൾക്ക് ന്യായമായ വില നല്കുക തുടങ്ങിയ വിഷയങ്ങൾ ഏറ്റെടുത്തുകൊണ്ട് കർഷക ജനവിഭാഗങ്ങളുടെ വിശാലമായ ഐക്യവും പ്രസ്ഥാനവും വളർത്തിക്കൊണ്ടുവരേണ്ടതിന്റെ ആവശ്യകത 1976 ലെ കേന്ദ്രക്കമ്മിറ്റി പ്രമേയം എടുത്തുപറഞ്ഞു. പാവപ്പെട്ട കർഷക ജനവിഭാഗങ്ങൾക്കും ഭൂപ്രഭുക്കൾക്കും കാർഷിക ഉല്പന്നങ്ങളുടെ കാര്യത്തിൽ രണ്ടുവില നല്കുകയെന്ന കാഴ്ചപ്പാടിനെയും, കർഷക തൊഴിലാളികളെയും ദരിദ്രകൃഷിക്കാരെയും ഒരുമിച്ചൊരു സംഘടനയിൽ അണിനിരത്തി കർഷക സംഘത്തെ ഇടത്തരം കർഷകരുടെയും ധനികകർഷകരുടെയും സംഘടനയാക്കി പരിവർത്തനം ചെയ്യണമെന്നുള്ള തെറ്റായ കാഴ്ചപ്പാടിനേയും 1976 ലെ രേഖ തിരസ്കരിക്കുകയുണ്ടായി. 1978 ൽ ജലന്ധറിൽ ചേർന്ന പാർട്ടിയുടെ പത്താം കോൺഗ്രസ്, കേന്ദ്രക്കമ്മിറ്റി എത്തിച്ചേർന്ന നിഗമനങ്ങളെ അംഗീകരിച്ചു. 1976 ലെ കേന്ദ്രക്കമ്മിറ്റി രേഖയും ജലന്ധർ സമ്മേളനം എത്തിച്ചേർന്ന ധാരണകളും കർഷക പ്രസ്ഥാനവും കർഷകത്തൊഴിലാളി പ്രസ്ഥാനവും വളർത്തുന്നതിന് സഹായിച്ചു. കൃഷിക്കാരുടെയും കർഷകത്തൊഴിലാളികളുടെയും പ്രക്ഷോഭങ്ങളും സമരങ്ങളും ശക്തിപ്പെട്ടു. 1991 മുതൽ കേന്ദ്രഗവണ്മെന്റ് നടപ്പാക്കാൻ തുടങ്ങിയ നവഉദാരവല്കരണ സാമ്പത്തിക നയങ്ങൾ കാർഷിക മേഖലയിൽ വലിയ മാറ്റങ്ങൾ വരുത്തി. മഹാഭൂരിപക്ഷം വരുന്ന കർഷക ജനവിഭാഗങ്ങൾക്ക് കൃഷി അനാദായകരമായി. ഭൂമിയെയും കന്നുകാലികളെയും കാർഷികോപകരണങ്ങളെയും വില്ക്കുവാൻ കർഷകർ നിർബ്ബന്ധിതരായി. കൃഷിക്കാരുടെ കടം ഭീമമായി വളർന്നു. ആത്മഹത്യ ചെയ്യുന്ന കർഷക ജനവിഭാഗങ്ങളുടെ എണ്ണം വർദ്ധിച്ചു. 1993 സെപ്തംബർ 27, 28 തീയതികളിൽ ഡൽഹിയിൽ ചേർന്ന കർഷകസംഘത്തിന്റെയും കർഷകത്തൊഴിലാളിയൂണിയന്റെയും അഖിലേന്ത്യാ കമ്മിറ്റികളുടെ യോഗം 'ബദൽ കാർഷിക നയങ്ങൾ' എന്ന രേഖ അംഗീകരിച്ചു. കാർഷിക മേഖലയിൽ സംഭവിക്കുന്ന മാറ്റങ്ങളെ

വിലയിരുത്തി ഈ രേഖ 2003 ലും 2009 ലും വികസിപ്പിക്കുകയുണ്ടായി.

കാർഷിക മേഖലയിൽ നവലിബറൽ നയങ്ങളുടെ ഫലമായി വന്ന മാറ്റങ്ങളെപ്പറ്റി പഠിക്കാൻ പാർട്ടി ഒരു പഠന സംഘത്തെ നിയോഗിച്ചിരുന്നു. അവർ തയ്യാറാക്കിയ റിപ്പോർട്ട് കേന്ദ്രക്കമ്മിറ്റിയും 2015 ൽ കൊല്ക്കത്തയിൽ ചേർന്ന പാർട്ടി പ്ലീനവും പരിഗണിച്ചു. കാർഷിക രംഗത്തു സ്വീകരിക്കേണ്ട പുതിയ സമീപനങ്ങൾക്ക് രൂപം നല്കി.

ഗ്രാമീണ മേഖലയിൽ മുതലാളിത്തത്തിന്റെ വികസനത്തോടൊപ്പം നിലനില്ക്കുന്ന കാലഹരണപ്പെട്ട സ്ഥാപനങ്ങളും സാമൂഹ്യബന്ധങ്ങളും ഇന്ത്യയുടെ കാർഷിക മേഖലയുടെ സവിശേഷതകളാണ്. നാട്ടിൻപുറങ്ങളിലുണ്ടാകുന്ന അസമമായ മുതലാളിത്ത വളർച്ച പുതിയ പ്രതിസന്ധി സൃഷ്ടിക്കുന്നു. ഭൂപ്രഭുക്കളും വൻകിട മുതലാളിത്ത കർഷകരും കോൺട്രാക്ടർമാരും വൻകിട വ്യാപാരികളും ചേർന്ന ഗ്രാമീണ സമ്പന്ന കൂട്ടുകെട്ട് നാട്ടിൻപുറങ്ങളിലെ അധീശവർഗ്ഗമായി വളർന്നുവന്നിരിക്കുന്നു. ഭൂപ്രഭു–ഗ്രാമീണ സമ്പന്ന കൂട്ടുകെട്ടിനെതിരായുള്ള പ്രക്ഷോഭത്തിന്റെയും സമരത്തിന്റെയും അടിസ്ഥാനത്തിലാണ് ഗ്രാമീണ മേഖലയിലെ വർഗ്ഗസമരം ശക്തിപ്പെടുന്നത്. അതോടൊപ്പം കേന്ദ്രസർക്കാർ നടപ്പാക്കുന്ന നവഉദാരവല്ക്കരണ സാമ്പത്തികനയങ്ങൾ സൃഷ്ടിക്കുന്ന ഒട്ടനവധി പ്രശ്നങ്ങളെ ആസ്പദമാക്കിയ പ്രക്ഷോഭങ്ങളും സമരങ്ങളും വളർത്തിക്കൊണ്ടുവരേണ്ടതുണ്ട്. ഗ്രാമീണ ജനത ഇന്ന് കൂടുതൽ ഊർജ്ജസ്വലരാണ്.

കോവിഡ് 19 ന്റെ പശ്ചാത്തലത്തിൽ നവഉദാരവല്ക്കരണ സാമ്പത്തിക നയങ്ങൾ ആക്രമണോത്സുകതയോടെ നടപ്പാക്കുവാനാണ് മോദി ഗവൺമെന്റ് ശ്രമിക്കുന്നത്. കാർഷിക മേഖലയിൽ മൂന്ന് നിയമങ്ങൾ ഭരണഘടന വ്യവസ്ഥകളെയും പാർലമെന്ററി ചട്ടങ്ങളെയും ലംഘിച്ചുകൊണ്ട് പാസാക്കുകയുണ്ടായി. വില ഉറപ്പിനും കാർഷിക സേവനങ്ങൾക്കും വേണ്ടിയുള്ള കൃഷിക്കാരുടെ കരാറിനെപ്പറ്റിയുള്ള നിയമം, കാർഷികോല്പന്ന വ്യാപാര വാണിജ്യ പ്രോത്സാഹനവും സൗകര്യമൊരുക്കലും എന്ന നിയമം, 1955 ലെ അവശ്യസാധന ഭേദഗതി നിയമം എന്നിവയായിരുന്നു അത്. കൃഷി–കാർഷികോല്പന്നങ്ങൾ, വ്യാപാരം, സംസ്കരണം എന്നിവയെല്ലാം കോർപ്പറേറ്റുകൾക്ക് കൈമാറുന്നതിനുവേണ്ടിയാണ് മോദി ഗവൺമെന്റ് ഈ നിയമങ്ങൾ പാസാക്കിയത്. ഈ നിയമങ്ങൾ നടപ്പായിക്കഴിഞ്ഞാൽ കർഷകർ എന്ന ജനവിഭാഗം ഉണ്ടാവില്ല. എല്ലാവരും കോർപറേറ്റുകളുടെ അടിയാളന്മാരായി മാറും. കാർഷികോല്പന്നങ്ങൾക്ക് ഇന്ന് നിലവിലിരിക്കുന്ന താങ്ങുവില സമ്പ്രദായവും അപ്രത്യക്ഷമാവും. അപകടകരമായ ഈ നിയമങ്ങൾക്കെതിരെ കർഷക ജനവിഭാഗങ്ങളുടെ പ്രക്ഷോഭങ്ങളും സമരങ്ങളും വളർന്നുവരുന്നുണ്ട്. ഈ പ്രക്ഷോഭങ്ങളെയും സമരങ്ങളെയും കൂടുതൽ ശക്തിപ്പെടുത്തുകയും വിപുലമാക്കുകയുമാണ് ഇന്ന് പാർട്ടിയുടെ അടിയന്തര കടമ.

ഇന്ത്യയിലെ കമ്യൂണിസ്റ്റു പ്രസ്ഥാനത്തിനു 100 തികയുമ്പോൾ കേരളത്തിലെ ബദൽ നയം

പിണറായി വിജയൻ

ആയിരത്തിത്തൊള്ളായിരത്തി ഇരുപത് ഒക്ടോബർ 17 നാണ് റഷ്യയിലെ താഷ്കന്റിൽവെച്ച് ഇന്ത്യയിലെ കമ്യൂണിസ്റ്റ് പാർട്ടി രൂപീകൃതമാവുന്നത്. സോഷ്യലിസവും കമ്യൂണിസവും ഒരു രാജ്യത്ത് സൃഷ്ടിക്കാൻ വേണ്ടി പ്രവർത്തിക്കുന്നവരാണ് കമ്യൂണിസ്റ്റുകാർ. ഓരോ രാജ്യത്തിന്റെയും സാഹചര്യങ്ങൾക്കനുസൃതമായി അത് യാഥാർത്ഥ്യമാക്കുന്നതിനുള്ള പരിപാടി തയ്യാറാക്കുകയാണ് ആദ്യഘട്ടത്തിൽ ആവശ്യമായിട്ടുള്ളത്. അതുകൊണ്ടുതന്നെ ഇന്ത്യൻ സാഹചര്യങ്ങൾക്കനുയോജ്യമായ വിധത്തിൽ പരിപാടി തയ്യാറാക്കാനുള്ള തീരുമാനം ആ യോഗത്തിൽ സ്വീകരിക്കുകയും ചെയ്തു.

അങ്ങനെ നൂറു വർഷം മുമ്പ് സ്ഥാപിതമായ ഇന്ത്യയിലെ കമ്യൂണിസ്റ്റ് പ്രസ്ഥാനത്തിന്റെ ചരിത്രത്തിലേക്ക് തിരിഞ്ഞുനോക്കുകയും അതിനെ വിലയിരുത്തുകയും ചെയ്യുമ്പോൾ അതിലെ തിളങ്ങുന്ന ഏടായ കേരളത്തിലെ കമ്യൂണിസ്റ്റ് പാർട്ടിയുടെ പ്രവർത്തനങ്ങളെക്കൂടി അപഗ്രഥിക്കേണ്ടതുണ്ട്. ഇന്ത്യയിലെ കമ്യൂണിസ്റ്റ് പാർട്ടിയുടെ പരിപാടി നടപ്പിലാക്കാനുള്ള കേരളത്തിലെ ശ്രമങ്ങൾക്ക് ഔദ്യോഗിക സ്വഭാവം കൈവന്നത് 1937 ലാണ്. ആ ഘട്ടത്തിൽ കോഴിക്കോട്ടെ കല്ലായി തെരുവിലെ ഒരു പീടികയിൽ കേരളത്തിലെ കമ്യൂണിസ്റ്റ് പാർട്ടിയുടെ ആദ്യഗ്രൂപ്പ് രൂപപ്പെടുമ്പോൾ അതിൽ അംഗങ്ങളായി സഖാക്കൾ പി കൃഷ്ണപിള്ള, ഇ എം എസ്, കെ ദാമോദരൻ, എൻ സി ശേഖർ എന്നീ നാലുപേർ മാത്രമേ ഉണ്ടായിരുന്നുള്ളൂ. അതിനുശേഷം 1939 ലെ പാറപ്രം സമ്മേളനത്തോടുകൂടി സംഘടനാരൂപം കൈവരിച്ച കേരളത്തിലെ കമ്യൂണിസ്റ്റ് പാർട്ടി, ചരിത്രം കുറിച്ചുകൊണ്ട് വെറും 18 വർഷങ്ങൾക്കപ്പുറം സംസ്ഥാനത്ത് അധികാരത്തിൽ വന്നു.

1957 ലെ തിരഞ്ഞെടുപ്പിൽ മത്സരിക്കാൻ തയ്യാറെടുക്കുമ്പോൾ സവിശേഷമായ ഒരു താത്വിക പ്രശ്നമാണ് പാർട്ടിയുടെ മുമ്പിലുണ്ടായിരുന്നത്. സമൂഹത്തിലെ അസമത്വങ്ങൾ ഇല്ലാതാക്കാനും സോഷ്യലിസം കെട്ടിപ്പടുക്കാനും ജനാധിപത്യ സംവിധാനം അപൂർണ്ണമാണ് എന്നതിനാൽ അതിൽ പങ്കെടുക്കേണ്ടതില്ല എന്ന നിലപാടല്ല പാർട്ടി സ്വീകരിച്ചത്. അതേപോലെ തന്നെ ഇന്ത്യൻ ഭരണഘടനയിൽ പരിമിതമായ അധികാരങ്ങൾ മാത്രമുള്ള ഒരു സംസ്ഥാനത്ത് അധികാരത്തിൽ വന്നാൽ വിപ്ലവകരമായ സാമൂഹ്യമാറ്റം സാദ്ധ്യമാക്കാൻ കഴിയില്ല എന്നതിനാൽ സംസ്ഥാന തിരെഞ്ഞെടുപ്പിൽ മത്സരിക്കേണ്ടതില്ല എന്ന നിലപാടുമല്ല പാർട്ടി സ്വീകരിച്ചത്. ജനാധിപത്യ സംവിധാനത്തിന്റെയും ഇന്ത്യൻ ഭരണഘടനയുടെയും സംസ്ഥാന സർക്കാരിന്റെയും പരിമിതികൾക്കുള്ളിൽ നിന്നുകൊണ്ട് ജനങ്ങൾക്കാശ്വാസം പകരുന്ന നയങ്ങൾ ആവിഷ്കരിക്കുക എന്ന നിലപാടാണ് ആ ഘട്ടത്തിൽ പാർട്ടി സ്വീകരിച്ചത്. അങ്ങനെ തുടക്കം മുതൽ തന്നെ ബദൽ കാഴ്ചപ്പാടുമായാണ് കമ്യൂണിസ്റ്റ് പാർട്ടി ഇന്നാട്ടിലെ രാഷ്ട്രീയ സംവിധാനങ്ങളിൽ ഇടപെട്ടിട്ടുള്ളത്.

1956 ൽ കമ്യൂണിസ്റ്റ് പാർട്ടിയുടെ തൃശൂരിൽ നടന്ന സമ്മേളനം കേവലമായ സംഘടനാ കാര്യങ്ങളിൽ മാത്രമായി ഒതുങ്ങിനില്ക്കുകയല്ല ചെയ്തത്.

കൃഷി, വ്യവസായം, വിദ്യാഭ്യാസം തുടങ്ങി ഓരോ മേഖലയിലും എന്തുചെയ്യണമെന്നതു സംബന്ധിച്ച് വ്യക്തമായ ദിശാബോധം ആ സമ്മേളനം മുമ്പോട്ടുവെച്ചു. അടിസ്ഥാന വ്യവസായങ്ങൾ പൊതു ഉടമയിൽ കൊണ്ടുവരേണ്ടതിന്റെയും വികസന പ്രവർത്തനത്തിൽ ജനങ്ങളുടെ പങ്കാളിത്തം ഉറപ്പാക്കേണ്ടതിന്റെയും ആവശ്യകതയ്ക്ക് ആ രേഖ അടിവരയിട്ടു. വിദ്യാഭ്യാസമേഖല, ആരോഗ്യമേഖല, അധികാര വികേന്ദ്രീകരണം, കാർഷിക പരിഷ്കരണം, തൊഴിലാളികളുടെ അവകാശ സംരക്ഷണം എന്നിവ അതിൽ ഊന്നിപ്പറഞ്ഞു. 1957 ലെ തിരഞ്ഞെടുപ്പ് വന്നപ്പോൾ തൃശൂർ സമ്മേളനം ആവിഷ്കരിച്ച ദിശാബോധത്തിന്റെ അടിസ്ഥാനത്തിലുള്ള തിരഞ്ഞെടുപ്പ് പ്രകടനപത്രികയാണ് പാർട്ടി മുന്നോട്ടുവെച്ചത്.

ആ പ്രകടന പ്രത്രികയുടെ അടിസ്ഥാനത്തിൽ കമ്യൂണിസ്റ്റ് പാർട്ടി അധികാരത്തിൽ വന്നു. ഭൂപരിഷ്കരണം നടപ്പിലാക്കിയും വിദ്യാഭ്യാസരംഗത്തെ ജനകീയവല്ക്കരിക്കുന്നതിനുള്ള ഇടപെടൽ നടത്തിയും 1957 ലെ കമ്യൂണിസ്റ്റ് സർക്കാർ മുന്നോട്ടുപോയി. ആരോഗ്യരംഗത്തെ ശക്തിപ്പെടുത്താനും ആവശ്യമായ ഇടപെടൽ നടത്തി. അധികാരവികേന്ദ്രീകരണത്തിനുള്ള ഇടപെടലും അതിന്റെ തുടർച്ചയായി ഉണ്ടായി. സാമൂഹ്യ സുരക്ഷാപദ്ധതികളുടെ രക്ഷാവലയങ്ങൾ സൃഷ്ടിക്കുന്നതിനുള്ള ഇടപെടലുകളും നടത്തി. ചുരുക്കത്തിൽ ജന്മിത്വത്തിന്റെ സാമ്പത്തിക ഘടന തകർക്കുന്നതിനും അടിസ്ഥാന ജനവിഭാഗങ്ങളുടെയും സാമൂഹ്യ അവശത അനുഭവിക്കുന്ന ജനവിഭാഗങ്ങളുടെയും പ്രശ്നങ്ങൾ പരിഹരിക്കു

ന്നതിനുമുള്ള ഇടപെടലുകളാണ് ആ സർക്കാരിന്റെ കാലത്തുണ്ടായത്.

അതിനുശേഷം ഇടതുപക്ഷം അധികാരത്തിൽ വന്ന ഘട്ടങ്ങളിലെല്ലാം ജനങ്ങൾക്കാശ്വാസം നല്കുന്ന ബദൽ കാഴ്ചപ്പാടുമായാണ് ആ സർക്കാരുകൾ മുന്നോട്ടുപോയത്. 1967 ലെ സർക്കാർ ഭൂവിതരണ പ്രക്രിയയെ നിലവിലുള്ള സംവിധാനത്തിനകത്ത് മെച്ചപ്പെടുത്താനുള്ള പ്രവർത്തനങ്ങളുമായി മുന്നോട്ടുപോയി. വിദ്യാഭ്യാസ മേഖലയെ ഉൾപ്പെടെ ജനാധിപത്യവല്ക്കരിക്കാനുള്ള പ്രവർത്തനങ്ങളും അതിന്റെ തുടർച്ചയായി നടന്നു. 1980 ലെ എൽ ഡി എഫ് സർക്കാരാവട്ടെ സാമൂഹ്യസുരക്ഷാരംഗത്ത് പുതിയ കാൽവെയ്പ് നടത്തി. കർഷകത്തൊഴിലാളികൾക്ക് പെൻഷൻ പ്രഖ്യാപിച്ചും മാവേലിസ്റ്റോർ പോലുള്ള സംവിധാനങ്ങളെ കൊണ്ടുവന്നും സാമൂഹ്യസുരക്ഷാ സംവിധാനങ്ങളെ ശക്തിപ്പെടുത്തി അടിസ്ഥാന വിഭാഗങ്ങൾക്ക് ജീവിതസൗകര്യമൊരുക്കുന്നതിന് ഇടയാക്കി. 1987 ലെ സർക്കാർ സമ്പൂർണ്ണ സാക്ഷരതയിലേക്ക് കേരളത്തെ നയിച്ചതും 1996 ലെ സർക്കാർ അധികാര വികേന്ദ്രീകരണം പ്രാബല്യത്തിൽ കൊണ്ടുവന്നതും ഒക്കെ ബദൽ കാഴ്ചപ്പാടിന്റെ തുടർച്ചയാണ് എന്നുകാണാൻ വിഷമമില്ല.

ഇപ്പോഴാകട്ടെ ഹ്രസ്വകാല അടിസ്ഥാനത്തിൽ ജനങ്ങളുടെ ദുരിതങ്ങൾക്ക് ആശ്വാസമെത്തിക്കുന്നതും ദീർഘകാല അടിസ്ഥാനത്തിൽ നാടിന്റെ വികസനം ഉറപ്പാക്കുന്നതും ആ ബദൽ കാഴ്ചപ്പാടിന്റെ പിന്തുടർച്ചയായാണ്. സാമൂഹ്യസുരക്ഷാ പെൻഷൻ നിരക്കുകൾ ഇരട്ടിയിലധികമാക്കിയതും ഗുണഭോക്താക്കളുടെ എണ്ണത്തിൽ ഗണ്യമായ വർദ്ധനവുണ്ടാക്കിയതും ആദ്യത്തേതിന്റെ ദൃഷ്ടാന്തമാണെങ്കിൽ അടിസ്ഥാനസൗകര്യങ്ങൾ വികസനരംഗത്തൊരുക്കുന്ന പദ്ധതികൾ ആവിഷ്കരിക്കുന്നതും അവയ്ക്കായി നൂതന മാർഗ്ഗങ്ങളിലൂടെ ധനസമാഹരണവും വിനിയോഗവും സാദ്ധ്യമാക്കുന്നതും രണ്ടാമത്തേതിന്റെ ദൃഷ്ടാന്തമാണ്. സാമൂഹ്യക്ഷേമം മെച്ചപ്പെടുത്തുന്നതിനും വിഭവങ്ങളുടെ നീതിയുക്തമായ വിതരണം സാദ്ധ്യമാക്കുന്നതിനും വികസനത്തിന് അടിത്തറ പാകുന്ന അടിസ്ഥാന സൗകര്യങ്ങൾ ഒരുക്കുന്നതിനും ഒക്കെ വ്യവസ്ഥാപിതമായ രീതിയിൽ മാത്രം ചിന്തിക്കുക എന്നതു വിട്ട് പുതുവഴികൾ തേടുക എന്നിടത്തേക്ക് മാറി ഈ സർക്കാർ. അങ്ങനെ ബദലിന്റെ പുതിയ തലങ്ങളിലേക്ക് നാം ഈ ഘട്ടത്തിൽ കടന്നു.

ഇന്ത്യയിലെ കേന്ദ്ര സർക്കാരുൾപ്പെടെ ലോകത്താകെ നവഉദാരവല്ക്കരണത്തിന്റെ വക്താക്കളായുള്ള സർക്കാരുകൾ എല്ലാ മേഖലകളിൽ നിന്നും പിൻവാങ്ങുമ്പോൾ കേരളത്തിലെ എൽ ഡി എഫ് സർക്കാർ എല്ലാ മേഖലകളിലും തങ്ങളുടെ ഇടപെടൽ കൂടുതൽ ശക്തമാക്കി. സപ്ലൈകോയിലൂടെ വില്ക്കപ്പെടുന്ന 13 അവശ്യവസ്തുക്കളുടെ വില കഴിഞ്ഞ നാലര വർഷവും വർദ്ധിക്കാതിരിക്കാൻ സവിശേഷമായി വിപണിയിലിടപെട്ടു. പൊതുമേഖലയെ സംരക്ഷിക്കാനും ലാഭത്തിലാക്കാനും ഈ സർക്കാരിനു കഴിഞ്ഞു. കേന്ദ്രം വില്പനയ്ക്കു വെച്ച പൊതുമേഖലാ

സ്ഥാപനങ്ങളെ വരെ ഏറ്റെടുത്തുകൊണ്ടാണ് പൊതുമേഖല നാടിന്റെയും നാട്ടുകാരുടെയുമാകെ സ്വത്തായിത്തന്നെ നിലകൊള്ളണമെന്ന കാഴ്ചപ്പാട് നാം ഉയർത്തിപ്പിടിച്ചത്. അതേസമയം തന്നെ പരമ്പരാഗത വ്യവസായങ്ങളെയും സഹകരണ മേഖലയെയും സംരക്ഷിച്ചും അഭിവൃദ്ധിപ്പെടുത്തിയുംകൊണ്ട് കോർപ്പറേറ്റുകൾക്കുള്ള ജനകീയ ബദലുകളെ ശാക്തീകരിച്ചു.

കേരളത്തിലെ വിദ്യാഭ്യാസ രംഗത്തെ ലോകോത്തരമാക്കി മാറ്റാൻ പൊതുവിദ്യാഭ്യാസ സംരക്ഷണയജ്ഞം നടപ്പാക്കി. അതിന്റെ ഫലമായി 45,000 ക്ലാസ് മുറികളും 11,000 ത്തിലധികം സ്കൂളുകളും ഹൈടെക്ക് ആയി. ആരോഗ്യ മേഖലയുടെ മുഖച്ഛായ മാറ്റുന്ന ആർദ്രം മിഷന്റെ ഫലമായി ആശുപത്രികൾ രോഗീസൗഹൃദമാകുകയും ജില്ലാ താലൂക്ക് ആശുപത്രികളിൽ വരെ സൂപ്പർസ്പെഷ്യാലിറ്റി സേവനങ്ങൾ ലഭ്യമാക്കുകയും ചെയ്തു. 500 പ്രാഥമികാരോഗ്യ കേന്ദ്രങ്ങൾ കുടുംബാരോഗ്യ കേന്ദ്രങ്ങളായി മാറി. എല്ലാവർക്കും പാർപ്പിടമൊരുക്കുന്ന ബൃഹദ് പദ്ധതിയിലൂടെ ഇതുവരെ 2,50,000 കുടുംബങ്ങൾക്ക് വീടുവെച്ചു നല്കി. ഭവന സമുച്ചയങ്ങളുടെ പണി എല്ലാ ജില്ലകളിലും പുരോഗമിക്കുകയാണിപ്പോൾ. ഹരിതകേരളം മിഷനിലൂടെ നാട്ടിലാകെയുള്ള തോടുകളും കുളങ്ങളും കിണറുകളും വൃത്തിയാക്കി, നദികൾ വീണ്ടെടുത്തു. തരിശുനിലങ്ങൾ വീണ്ടെടുത്ത് കൃഷിയിറക്കി, അങ്ങനെ നെല്ലുല്പാദനത്തിൽ റെക്കോർഡ് കൈവരിച്ചു. നാട്ടിലാകെ പച്ചത്തുരുത്തുകൾ സജ്ജമാക്കുകയും തദ്ദേശ സ്വയം ഭരണ സ്ഥാപനങ്ങളിലാകെ മാലിന്യ സംസ്കരണ സംവിധാനങ്ങൾ ഏർപ്പെടുത്തുകയും ചെയ്യുകയാണ്.

കാർഷികമേഖലയിലെ സവിശേഷമായ ഇടപെടലുകളുടെ ഫലമായി പച്ചക്കറി, പാൽ, മുട്ട എന്നിവയുടെ ഉല്പാദനത്തിൽ സ്വയംപര്യാപ്തതയിലേക്കടുത്തു. ഇപ്പോൾ കാർഷിക സ്വയംപര്യാപ്തത കൈവരിക്കാനായി സുഭിക്ഷകേരളം എന്ന പ്രത്യേക പദ്ധതി നടപ്പാക്കുന്നു. രാജ്യത്ത് കാർഷിക വിളകൾക്ക് ഏറ്റവുമുയർന്ന നഷ്ടപരിഹാരം നല്കുന്ന സംസ്ഥാനമിപ്പോൾ രാജ്യത്ത് ആദ്യമായി പച്ചക്കറികൾക്ക് താങ്ങുവില നല്കുന്ന സംസ്ഥാനമായി അടുത്ത കേരളപ്പിറവി ദിനത്തിൽ മാറുകയാണ്. നെൽവയലുകളുടെയും തണ്ണീർത്തടങ്ങളുടെയും സംരക്ഷണത്തിനായി പ്രത്യേക നിയമം നടപ്പാക്കുന്നതിനു പുറമെ നെൽവയലുകൾ സംരക്ഷിച്ചു നിലനിർത്തുന്നവർക്ക് റോയൽറ്റി ഏർപ്പെടുത്തുകയും ചെയ്തു ഈ സർക്കാർ.

വികസനപ്രവർത്തനങ്ങൾക്കായി ഏറ്റെടുക്കുന്ന ഭൂമിക്കു നല്കുന്ന വിലയുടെ കാര്യത്തിലും കേരളമാണിന്ത്യയിൽ മുന്നിൽ നില്ക്കുന്നത്. വികസന പ്രവർത്തനങ്ങൾക്ക് ബജറ്റിനു പുറത്തുനിന്ന് വിഭവം കണ്ടെത്തിയും ചെലവഴിച്ചും പുതിയൊരു വികസന സംസ്കാരത്തിനു തുടക്കമിട്ടു. അഞ്ചു വർഷംകൊണ്ട് 50,000 കോടി രൂപയുടെ വികസന പദ്ധതികൾ ലക്ഷ്യമിട്ടപ്പോൾ ഇതിനോടകം തന്നെ 59,000 കോടി രൂപയുടെ പദ്ധ

തികൾക്ക് അംഗീകാരം നല്കിയിട്ടുണ്ട്. റോഡുകളുടെയും പാലങ്ങളുടെയുമൊക്കെ കാര്യത്തിൽ വലിയ കുതിച്ചുചാട്ടമാണ് ഈ ഘട്ടത്തിൽ കേരളത്തിൽ ഉണ്ടായിട്ടുള്ളത്.

അടിസ്ഥാന സൗകര്യങ്ങൾ മെച്ചപ്പെടുത്തി നിസാൻ, എയർബസ്, ടെക്ക് മഹീന്ദ്ര, ടോറസ് തുടങ്ങിയ ലോകോത്തര വ്യവസായങ്ങളെ ആകർഷിക്കുകയും തൊഴിലുകൾ സൃഷ്ടിക്കുകയും ചെയ്യുമ്പോൾത്തന്നെ വികസനം സാമൂഹ്യനീതിയിലധിഷ്ഠിതമായിരിക്കാൻ നാം പ്രത്യേകമായി തന്നെ ശ്രദ്ധചെലുത്തി. ജെന്റർ ബജറ്റിങ് ഏർപ്പെടുത്തിയും പട്ടികജാതി വർഗ്ഗ വിഭാഗങ്ങൾക്ക് ജനസംഖ്യാനുപാതികമായി ബജറ്റിൽ വകയിരുത്തിയും രാജ്യത്തെ ഏറ്റവും ഉയർന്ന നിരക്കിൽ ക്ഷേമപെൻഷനുകൾ 58 ലക്ഷം പേർക്ക് നല്കിയും മഹാമാരിയുടെ ഘട്ടത്തിൽ സാർവ്വത്രികമായി ഭക്ഷ്യധാന്യം സൗജന്യമായി നല്കിയും ദളിതരുൾപ്പെടെ പിന്നാക്ക വിഭാഗങ്ങളിൽപ്പെട്ടവരെ ദേവസ്വം ബോർഡിനു കീഴിലുള്ള അമ്പലങ്ങളിൽ ശാന്തിക്കാരായി നിയമിച്ചും മുന്നാക്ക വിഭാഗങ്ങളിൽ സാമ്പത്തികമായി പിന്നാക്കം നില്ക്കുന്നവർക്ക് സംവരണം ഏർപ്പെടുത്തിയും സ്ത്രീകൾക്കും കുട്ടികൾക്കും പ്രത്യേക വകുപ്പ് ഏർപ്പെടുത്തിയും സ്ത്രീസുരക്ഷ ഉറപ്പുവരുത്താനായി പിങ്ക് പൊലീസ് ഉൾപ്പെടെയുള്ള സംവിധാനങ്ങൾ ഏർപ്പെടുത്തിയും അവരുടെ അവകാശങ്ങൾ സംരക്ഷിക്കാനായി സവിശേഷമായി ഇടപെട്ടുമൊക്കെ ഈ സർക്കാർ സാമൂഹ്യനീതി ഉയർത്തിപ്പിടിക്കുകതന്നെ ചെയ്തു.

ഡിജിറ്റൽ യുഗത്തിൽ ഡിജിറ്റൽ ഡിവൈഡ് ഇല്ലാതാക്കാൻ സൗജന്യ വൈഫൈ കേന്ദ്രങ്ങൾ യാഥാർത്ഥ്യമാക്കിയും സർക്കാർ സേവനങ്ങൾ ഓൺലൈനായി ലഭ്യമാക്കിയും സംസ്ഥാനത്തെ എല്ലാ വീടുകളെയും ഓഫീസുകളെയും ഓപ്ടിക്കൽ ഫൈബർ നെറ്റ്വർക്കുമായി ബന്ധിപ്പിച്ചും സമാനതകളില്ലാത്ത ഇടപെടലുകളാണ് ഈ സർക്കാർ നടത്തിയത്. 1,50,000 ത്തോളം യുവാക്കളെ പി എസ് സി വഴി സംസ്ഥാന സർവ്വീസിൽ നിയമിച്ചും 25,000 ത്തോളം തസ്തികകൾ പുതുതായി സൃഷ്ടിച്ചും വലിയ തോതിൽ സർക്കാർ മേഖലയിൽ തൊഴിലുകൾ ലഭ്യമാക്കുമ്പോൾ തന്നെ കെ എ എസ് നടപ്പാക്കിയും പഞ്ചിങ് ഏർപ്പെടുത്തിയും ട്രാൻസ്ഫറിനും ഡെപ്യൂട്ടേഷനും കൃത്യമായി മാനദണ്ഡങ്ങൾ ഏർപ്പെടുത്തിയും സേവന മേഖലയുടെ ഗുണനിലവാരം മെച്ചപ്പെടുത്തി. പൊലീസ് ഫയർ ഫോഴ്സ് തുടങ്ങിയ സംവിധാനങ്ങളെ ജനകീയമായി പ്രവർത്തിപ്പിക്കാൻ ഈ സർക്കാരിനു കഴിഞ്ഞു എന്നത് പ്രകൃതി ദുരന്തങ്ങളുടെയും പ്രളയത്തിന്റെയും കാലവർഷക്കെടുതിയുടെയും മഹാമാരിയുടെയുമൊക്കെ ഘട്ടത്തിൽ വ്യക്തമായിട്ടുണ്ട്.

കാലത്തിനനുയോജ്യമായ വിധത്തിൽ നമ്മുടെ നാടും വളരണമെന്നു കണ്ടുകൊണ്ട് മെട്രോ, ജലഗതാഗതം, ദേശീയപാത, മലയോരപാത, തീരദേശപാത, റെയിൽവേ, വിമാനത്താവളം, തുറമുഖം, സോളാർ വൈദ്യുതി, ഇലക്ട്രിക് വാഹനം, കാർഷിക മൂല്യവർദ്ധനവ്, ഐ ടി ബി ടി വ്യവസാ

യം, വ്യവസായ പാർക്ക് എന്നിങ്ങനെ എല്ലാ മേഖലകളിലും ഈ സർക്കാർ ഇടപെടുകയും അതിന്റെ ഗുണഫലങ്ങൾ കേരള സംസ്ഥാനത്ത് കണ്ടുതുടങ്ങുകയും ചെയ്തിട്ടുണ്ട്. ഇങ്ങനെ സമ്പദ് വ്യവസ്ഥയെയും സമൂഹത്തെയാകെയും കമ്പോള ശക്തികൾക്ക് പൂർണ്ണമായി വിട്ടുകൊടുക്കാതെ പദ്ധതിയാസൂത്രണം നിലനിർത്തിക്കൊണ്ട് സമസ്ത മേഖലകളിലും സർക്കാരിന്റെ പ്രത്യേകമായ ഇടപെടൽ ഉറപ്പുവരുത്തുകയും അങ്ങനെ വികസനത്തിന്റെ ദിശയും ഗതിയും സ്വാധീനിക്കുകയും അതോടൊപ്പം തന്നെ വിഭവങ്ങളുടെ നീതിയുക്തമായ വിതരണം സാദ്ധ്യമാക്കുകയും ചെയ്യുകയായിരുന്നു എൽ ഡി എഫ് സർക്കാർ. അങ്ങനെയാണ് കഴിഞ്ഞ നാലര വർഷമായി കേരളത്തിൽ നാം ജനകീയ ബദൽ സാദ്ധ്യമാക്കിക്കൊണ്ടിരിക്കുന്നത്.

ജനകീയ ബദലുകളാണ് ദുരന്തങ്ങളെ അതിജീവിക്കാൻ കേരളത്തിനു കരുത്തേകിയത്. നാടഭിമുഖീകരിക്കുന്ന ഏതു പ്രതിസന്ധിയെയും തരണം ചെയ്യാൻ നാട്ടുകാരൊന്നടങ്കം ഒത്തുചേരുന്ന കാഴ്ചയാണ് കഴിഞ്ഞ നാളുകളിൽ പ്രകൃതി ദുരന്തങ്ങളുടെയും പ്രളയത്തിന്റെയും കാലവർഷക്കെടുതിയുടെയും മറ്റും നടുവിൽ നാം കണ്ടിട്ടുള്ളത്. അങ്ങനെ അതിജീവനത്തിന്റെ ജനകീയ മാതൃക നാം ലോകത്തിനു മുൻപാകെ അവതരിപ്പിച്ചു. ഇപ്പോൾ കോവിഡ് എന്ന മഹാമാരിയുടെ ഘട്ടത്തിലാകട്ടെ സർക്കാർ സംവിധാനങ്ങളെയും തദ്ദേശ സ്വയംഭരണ സ്ഥാപനങ്ങളെയും ജനങ്ങളെയാകെയും ഒരൊറ്റ ചരടിൽ കോർത്തിണക്കിക്കൊണ്ടാണ് നാം മുന്നേറുന്നത്.

പ്രാദേശിക നേതൃത്വത്തിൽ നടപ്പാക്കുന്ന ഫസ്റ്റ് ലൈൻ ട്രീറ്റ്മെന്റ് സെന്ററുകൾ, സൗജന്യമായി കോവിഡ് ചികിത്സ നല്കുന്ന പൊതുജനാരോഗ്യ സംവിധാനങ്ങൾ, ആരും വിശന്നിരിക്കുന്നില്ല എന്നുറപ്പു വരുത്തുന്ന ജനകീയ ഭക്ഷണശാലകൾ, സാർവ്വത്രികമായി സൗജന്യ ഭക്ഷ്യധാന്യങ്ങൾ നല്കുന്ന പൊതുവിതരണ സമ്പ്രദായം തുടങ്ങിയവയെല്ലാം ഈ ഘട്ടത്തിലെ നമ്മുടെ ബദലുകളാണ്. വർദ്ധിപ്പിച്ച നിരക്കിൽ വിതരണം ചെയ്യുന്ന ക്ഷേമ പെൻഷനുകളും കോവിഡിനെ അതിജീവിക്കാൻ അനുവദിച്ച പ്രത്യേക സാമ്പത്തിക പാക്കേജും ഭക്ഷ്യ സുരക്ഷയ്ക്കായി നടപ്പാക്കുന്ന സുഭിക്ഷ കേരളവും വ്യവസായങ്ങളെ സംരക്ഷിക്കാൻ ഏർപ്പെടുത്തിയിട്ടുള്ള വ്യവസായ ഭദ്രതയും വൈദ്യുതി ബില്ലിൽ നല്കുന്ന സബ്സിഡിയുമൊക്കെ സംസ്ഥാന സർക്കാർ ബദലുയർത്തിക്കൊണ്ട് എത്രത്തോളം ജനക്ഷേമകരമായി ഈ മഹാമാരിയുടെ ഘട്ടത്തിലും പ്രവർത്തിക്കുന്നു എന്നതിന്റെ പ്രത്യക്ഷ ഉദാഹരണങ്ങളാണ്.

ഈ ബദലുയർത്തുന്നതാവട്ടെ അഭൂതപൂർവ്വമായ പരിമിതികൾക്കുള്ളിൽ നിന്നുകൊണ്ടാണ് എന്നതാണ് വസ്തുത. ഒരു ഫെഡറൽ സംവിധാനത്തിൽ സംസ്ഥാനങ്ങൾക്കും തദ്ദേശ സ്വയംഭരണ സ്ഥാപനങ്ങൾക്കും മറ്റു ഭരണഘടനാ സ്ഥാപനങ്ങൾക്കും ഉള്ള അധികാരം ഉപയോഗിച്ച് ആഗോളവല്ക്കരണ നവഉദാരവല്ക്കരണ നയങ്ങളെ ചെറുക്കാൻ

ശ്രമിക്കും എന്നതിനാൽത്തന്നെ, ഫെഡറൽ സംവിധാനത്തെ ദുർബ്ബലപ്പെടുത്താനാണ് ആഗോളവല്ക്കരണത്തിന്റെയും നവഉദാരവല്ക്കരണത്തിന്റെയും വക്താക്കൾ എപ്പോഴും ശ്രമിക്കുന്നത്. അതിന്റെ പ്രത്യക്ഷ ഉദാഹരണങ്ങൾ ഇന്ത്യയിൽ നാമിന്നു കാണുന്നുണ്ട്. ഭരണഘടനാപരമായി സംസ്ഥാനങ്ങളുടെ അധികാര പരിധിയിൽ വരുന്ന വിഷയങ്ങളിലേക്ക് കേന്ദ്രം വലിയ തോതിൽ കൈകടത്തുന്നു. വിദ്യാഭ്യാസം, കൃഷി, നികുതി, പദ്ധതി നടത്തിപ്പ്, ക്രമസമാധാനം തുടങ്ങിയ കാര്യങ്ങളിലെല്ലാം സംസ്ഥാനങ്ങൾക്കുള്ള അധികാരങ്ങളും അവകാശങ്ങളും പതിയെപ്പതിയെ ഇല്ലാതാവുകയാണ്.

ഒരൊറ്റ പാഠ്യപദ്ധതിയുടെ അടിസ്ഥാനത്തിൽ വിദ്യാഭ്യാസം പ്രദാനം ചെയ്താൽ മതി എന്നും, ഇന്നയിന്ന മേഖലകളിൽ ഗവേഷണം നടത്തിയാൽ മതി എന്നും, ഇന്നയിന്ന വിത്തുകൾ ഉപയോഗിച്ചാൽ മതി എന്നും, ഇന്നയിന്ന വിളകൾ കൃഷിചെയ്താൽ മതി എന്നും, പ്രത്യേകമായ നികുതികൾ ഏർപ്പെടുത്തേണ്ടതില്ല എന്നും, തങ്ങൾ തയ്യാറാക്കുന്ന പദ്ധതികൾ നടപ്പാക്കിയാൽ മതി എന്നും, അധിക വിഭവ സമാഹരണം അനുവദിക്കണമെന്നുണ്ടെങ്കിൽ തങ്ങൾ നിഷ്കർഷിക്കുന്ന രീതിയിൽ വികസന പ്രവർത്തനങ്ങൾ നടപ്പാക്കണമെന്നുമൊക്കെ കേന്ദ്രം സംസ്ഥാനങ്ങളോടു പറയുന്ന നിലയാണ് ഇപ്പോൾ ഉണ്ടായിക്കൊണ്ടിരിക്കുന്നത്. ഇതൊക്കെയാകട്ടെ സംസ്ഥാനങ്ങൾക്ക് തങ്ങളുടെ പ്രദേശങ്ങളിലെ പ്രശ്നങ്ങൾ പരിഹരിക്കുന്നതിന് ഉതകുന്ന വിധത്തിൽ പഠനങ്ങൾ നടത്തുന്നതിലും, കാർഷികോല്പാദനം സാദ്ധ്യമാക്കുന്നതിലും, പ്രത്യേക പദ്ധതികൾ നടപ്പാക്കുന്നതിലും, അവയ്ക്കായി സവിശേഷമായി വിഭവസമാഹരണം നടത്തുന്നതിലും അങ്ങനെ ബദൽ നയങ്ങൾ അവതരിപ്പിക്കുന്നതിലും ഗൗരവമായ പരിമിതികളാണ് ഉയർത്തുന്നത്.

ജി എസ് ടി നടപ്പിലാക്കിയതിലൂടെ സംസ്ഥാനങ്ങൾക്ക് തങ്ങളുടെ നയങ്ങൾക്കും ആവശ്യങ്ങൾക്കും അനുസൃതമായി നികുതിയേർപ്പെടുത്താൻ കഴിയില്ല എന്ന പ്രശ്നം മാത്രമല്ല ഉയർന്നുവന്നിട്ടുള്ളത്. ഭരണഘടനാപരമായി ഉറപ്പുവരുത്തിയിട്ടുള്ളതും തങ്ങൾക്കർഹതപ്പെട്ടതുമായവ ലഭിക്കാൻ പോലും കേന്ദ്രം മനസ്സുവെക്കണമെന്ന നിലയാണ് ഇപ്പോഴുള്ളത്. ഇത്തരത്തിൽ സമാനതകളില്ലാത്ത പരിമിതികൾക്കകത്തുനിന്നുകൊണ്ട് കേരളത്തിലെ എൽ ഡി എഫ് സർക്കാർ പ്രവർത്തിക്കുന്നത് എന്ന യാഥാർത്ഥ്യം നാം ഉൾക്കൊള്ളണം. വലിയ പരിമിതികൾക്കുള്ളിൽ നിന്നുകൊണ്ടും വാഗ്ദാനങ്ങൾ പാലിക്കുകയും ജനക്ഷേമം ഉറപ്പുവരുത്തുകയും അവയെല്ലാം പ്രോഗ്രസ് റിപ്പോർട്ടിലൂടെ ജനങ്ങളെ കൃത്യമായി അറിയിച്ചുകൊണ്ട് രാഷ്ട്രീയത്തിൽ പുതിയ മാതൃക സൃഷ്ടിക്കുകയും ഒക്കെ ചെയ്യുന്നതുകൊണ്ടു തന്നെയാണ് എൽ ഡി എഫ് എന്ന മുന്നണിയിലേക്ക് കൂടുതൽ കക്ഷികൾ ഇപ്പോൾ കടന്നുവരുന്നത്.

1937 ൽ നാലുപേർ ചേർന്ന് കമ്യൂണിസ്റ്റ് പാർട്ടി ഉണ്ടാക്കിയപ്പോൾ കേരളത്തിലെ ജനസംഖ്യ ഒന്നേകാൽ കോടി ആയിരുന്നു. ഇക്കാര്യം ഇ

എം എസിന്റെ ഒരു പുസ്തകത്തിന്റെ ശീർഷകത്തിൽ നിന്നുതന്നെ വ്യക്തമാണ്. ഒന്നേകാൽ കോടി ആളുകളുള്ള കേരളത്തിൽ നാല് കമ്യൂണിസ്റ്റ് പാർട്ടി അംഗങ്ങൾ. അതായിരുന്നു അന്നത്തെ നില. ഇന്ത്യയിലെ കമ്യൂണിസ്റ്റ് പാർട്ടിയുടെ രൂപീകരണത്തിന്റെ നൂറാം വർഷത്തിൽ, കേരളത്തിൽ പ്രവർത്തനമാരംഭിച്ചതിനു ശേഷം 83 വർഷങ്ങൾ പിന്നിട്ട ഈ ഘട്ടത്തിൽ എന്താണു നില? ഇന്ന് കേരളത്തിൽ മൂന്നര കോടിയോളം ആൾക്കാരുണ്ട്. അതിൽ പാതിയോളം പേരും ഇടതുപക്ഷത്തിന്റെ രാഷ്ട്രീയ നിലപാടുകളെ പിന്തുണയ്ക്കുന്നുണ്ട്. പതിനായിരക്കണക്കായ പാർട്ടി അംഗങ്ങൾ, ലക്ഷക്കണക്കായ ബഹുജന സംഘടനാ അംഗങ്ങൾ, അതിനുമപ്പുറത്ത് ലക്ഷക്കണക്കിന് അനുഭാവികൾ. അങ്ങനെയുള്ള ഒരു വിപ്ലവ ബഹുജന പ്രസ്ഥാനമായി കേരളത്തിൽ കമ്യൂണിസ്റ്റ് പാർട്ടി വളർന്നു. കാലാകാലങ്ങളായി ബദലുയർത്തിക്കൊണ്ട് ജനങ്ങൾക്ക് ആശ്വാസം പകരുന്ന സർക്കാരുകളെ നയിക്കുന്ന പാർട്ടി എന്ന നിലയിലും ജനകീയ പ്രക്ഷോഭങ്ങൾക്ക് നേതൃത്വം നല്കി ജനാഭിലാഷം സംരക്ഷിക്കുന്ന പാർട്ടി എന്ന നിലയിലുമാണ് കമ്യൂണിസ്റ്റ് പാർട്ടിക്ക് രൂപീകരണകാലത്തു കേരളത്തിലുണ്ടായിരുന്ന മൊത്തം ജനസംഖ്യയേക്കാൾ വലിയ ജനസ്വീകാര്യത ഇപ്പോൾ ഉള്ളത്.

കമ്യൂണിസ്റ്റ് പാർട്ടിയും കേരള സമൂഹവും

കോടിയേരി ബാലകൃഷ്ണൻ

ഇന്ത്യയിലെ കമ്യൂണിസ്റ്റ് പാർട്ടി രൂപീകരണത്തിന് ഒരു നൂറ്റാണ്ടിന്റെ പഴക്കമുണ്ട്. എന്നാൽ കമ്യൂണിസ്റ്റ് പാർട്ടിയുടെ ആദ്യഗ്രൂപ്പ് താഷ്കന്റിൽ രൂപീകരിക്കുന്നതിന് മുമ്പു തന്നെ കമ്യൂണിസ്റ്റ് ആശയങ്ങൾ എത്തിയ സംസ്ഥാനമായിരുന്നു കേരളം. 1912 ൽ കാൾ മാർക്സിന്റെ ജീവചരിത്രം സ്വദേശാഭിമാനി രാമകൃഷ്ണപിള്ള പ്രസിദ്ധപ്പെടുത്തുന്നുണ്ട്. 'സമഷ്ടിവാദം' എന്ന പേരിലാണ് സോഷ്യലിസ്റ്റ് ആശയങ്ങൾ കേരളത്തിൽ അക്കാലത്ത് പ്രചരിച്ചിരുന്നത്. 1932 ൽ ഇടപ്പള്ളി കരുണാകര മേനോൻ *സമഷ്ടിവാദ വിജ്ഞാപനം* എന്ന പേരിൽ കമ്യൂണിസ്റ്റ് മാനിഫെസ്റ്റോ തർജ്ജമ ചെയ്തു. റഷ്യൻ വിപ്ലവത്തെ സ്വാഗതം ചെയ്തുകൊണ്ടുള്ള നിരവധി ലേഖനങ്ങൾ അക്കാലത്ത് പ്രത്യക്ഷപ്പെടുകയും ചെയ്തിരുന്നു.

കമ്യൂണിസ്റ്റ് ആശയങ്ങൾ കേരളത്തിൽ പ്രചരിക്കുന്നുവെന്ന സാഹചര്യത്തെ നേരിടുന്നതിനുവേണ്ടിയുള്ള ഇടപെടലുകൾ ഭരണതലത്തിലന്ന് നടന്നിരുന്നു. 1920 ഏപ്രിൽ 3 ന് ബ്രിട്ടീഷ് ഭരണകൂടം കൊച്ചി ദിവാനായിരുന്ന ടി രാഘവാചാരിക്ക് ബോൾഷെവിക് ആശയപ്രചാരകരെ നിരീക്ഷിക്കുന്നതിനും പിടികൂടുന്നതിനും നിർദ്ദേശം നല്കുന്ന കത്ത് നല്കിയിരുന്നു. ഇന്ത്യയിൽ ബോൾഷെവിസം പ്രചരിപ്പിക്കുന്നത് ഖിലാഫത്ത് പ്രസ്ഥാനം വഴിയാണെന്ന് ബ്രിട്ടീഷ് ഭരണകൂടം ധരിച്ചുവച്ചു. ലഘുലേഖകൾ പിടികൂടാൻ പ്രത്യേക പൊലീസ് സേനയെ തന്നെ അക്കാലത്ത് നിയോഗിച്ചിരുന്നു. ഒരു ഡെപ്യൂട്ടി പൊലീസ് സൂപ്രണ്ടിനെ സ്പെഷ്യൽ ഓഫീസറായും മദ്രാസ് ഭരണകൂടം നിയോഗിച്ചിരുന്നു. മദ്രാസ് പ്രവിശ്യയിൽ പ്രവേശിക്കുന്ന എല്ലാ വിദേശികളെയും നിരീക്ഷണത്തിന് വിധേയമാക്കുകയും ചെയ്തു. ഇത്തരത്തിലുള്ള ഇടപെടലുകളെയെല്ലാം മറികടന്നുകൊണ്ടാണ് കേരളത്തിൽ കമ്യൂണിസ്റ്റ് പ്രസ്ഥാനം വളർന്നുവികസിച്ചുവന്നത്.

കേരളത്തിൽ 1937 ലാണ് ആദ്യത്തെ കമ്യൂണിസ്റ്റ് ഗ്രൂപ്പ് രൂപീകരിക്കുന്നത്. 1937 മുതൽ 1939 വരെയുള്ള കാലഘട്ടത്തിലാണ് കമ്യൂണിസ്റ്റ് പാർട്ടി പ്രവർത്തനം കേരളത്തിലൊട്ടാകെ വ്യാപിക്കുന്നത്. 1939 ൽ പിണറായി പാറപ്പുറത്ത് കമ്യൂണിസ്റ്റ് പാർട്ടി രൂപീകരിച്ചതോടെ പ്രവർത്തനം കൂടുതൽ ശക്തമായി മുന്നോട്ട് പോകുന്ന സ്ഥിതിയുണ്ടായി. ഇക്കാലത്ത് കേരളത്തിൽ എല്ലായിടത്തും അലയടിച്ച ജന്മി–നാടുവാഴിത്ത വിരുദ്ധവും സാമ്രാജ്യത്വവിരുദ്ധവുമായ സമരങ്ങളെ ശക്തിപ്പെടുത്തിക്കൊണ്ട് കമ്യൂണിസ്റ്റ് പാർട്ടി സജീവമായി മുന്നേറി.

മൂന്ന് ഭാഗമായി കിടന്നിരുന്ന കേരളത്തെ ഭാഷാടിസ്ഥാനത്തിലുള്ള സംസ്ഥാനമായി മാറ്റുന്നതിന് വലിയ പ്രക്ഷോഭം കമ്യൂണിസ്റ്റ് പാർട്ടി സംഘടിപ്പിച്ചിട്ടുണ്ട്. സ്വതന്ത്ര തിരുവിതാംകൂർ എന്ന ആശയം മുന്നോട്ടുവച്ച സർ. സി പിക്കെതിരായി ‘ഐക്യകേരളം സിന്ദാബാദ്, സ്വതന്ത്ര തിരുവിതാംകൂർ അറബിക്കടലിൽ’ എന്ന മുദ്രാവാക്യം ഉയർത്തി നടന്ന പുന്നപ്ര–വയലാർ സമരത്തിന് നേതൃത്വം കൊടുത്തത് കമ്യൂണിസ്റ്റുകാരായിരുന്നു. കേരളത്തിന്റെ ഭാഷയും സംസ്കാരവും അതിന്റെ സവിശേഷതകളും എടുത്തുപറഞ്ഞുകൊണ്ട് ഇ എം എസ് എഴുതിയ *ഒന്നരക്കോടി മലയാളികൾ, കേരളം മലയാളികളുടെ മാതൃഭൂമി* തുടങ്ങിയ പുസ്തകങ്ങളും ഇതിന് ആശയ അടിത്തറ നല്കി. ഐക്യകേരളത്തിന്റെ പേരിൽ കലാസമിതികൾ പോലുള്ളവ സംഘടിപ്പിച്ചും കമ്യൂണിസ്റ്റുകാർ പ്രവർത്തിച്ചു.

ഭാഷാ അടിസ്ഥാനത്തിലുള്ള സംസ്ഥാന രൂപീകരണത്തിന് ആർ എസ് എസ് പോലുള്ള സംഘടനകൾ അന്ന് എതിരായിരുന്നു. അത്തരം എതിർപ്പിനെ നേരിട്ടുകൊണ്ടാണ് കമ്യൂണിസ്റ്റുകാർ പ്രവർത്തിച്ചത്. ഭാഷാ അടിസ്ഥാനത്തിലുള്ള സംസ്ഥാന രൂപീകരണം ഉണ്ടാകുമെന്ന ഘട്ടമായപ്പോൾ രാജാധിപത്യവും സാമ്രാജ്യത്വ താല്പര്യങ്ങളും സംരക്ഷിക്കുന്ന ഐക്യകേരളത്തെക്കുറിച്ചുള്ള കാഴ്ചപ്പാട് കൊച്ചി രാജാവ് മുന്നോട്ടുവച്ചു. കോൺഗ്രസ് ഉൾപ്പെടെയുള്ള രാഷ്ട്രീയ കക്ഷികൾ ഈ കാഴ്ചപ്പാടിനെ അംഗീകരിച്ചുകൊണ്ടാണ് പ്രവർത്തിച്ചത്. എന്നാൽ രാജാധിപത്യവും സാമ്രാജ്യത്വ താല്പര്യവും ഇല്ലാത്ത, ഫ്യൂഡൽ മേധാവിത്തത്തെ ഇല്ലാതാക്കിക്കൊണ്ടുള്ള കേരളത്തെക്കുറിച്ചുള്ള കാഴ്ചപ്പാടാണ് കമ്യൂണിസ്റ്റ് പാർട്ടി മുന്നോട്ടുവെച്ചത്.

കേരള സംസ്ഥാനം രൂപീകരിക്കപ്പെട്ടാൽ എങ്ങനെയായിരിക്കണമെന്നത് സംബന്ധിച്ച് ഒരു വികസനരേഖ 1956 ജൂൺ 22, 23, 24 തീയതികളിൽ തൃശ്ശൂരിൽ വെച്ച് കൂടിയ കമ്യൂണിസ്റ്റ് പാർട്ടി സമ്മേളനം അംഗീകരിച്ചിരുന്നു. ജന്മിത്തവും രാജാധിപത്യവും സാമ്രാജ്യത്ത താല്പര്യവും ഇല്ലാത്ത കേരളത്തിന്റെ രൂപീകരണത്തെക്കുറിച്ചുള്ള കാഴ്ചപ്പാടാണ് മുന്നോട്ടുവച്ചത്. കേരളത്തിലെ ഒന്നാമത്തെ തിരഞ്ഞെടുപ്പിൽ ഈ രേഖയെ അടിസ്ഥാനപ്പെടുത്തിയുള്ള ഒരു കാര്യപരിപാടി അംഗീകരിച്ചു. അത് ജനങ്ങൾക്ക് മുമ്പാകെ അവതരിപ്പിച്ചുകൊണ്ടാണ് കമ്യൂണിസ്റ്റ് പാർട്ടി തിര

ഞ്ഞെടുപ്പിൽ മത്സരിച്ചത്. ഈ കാഴ്ചപ്പാട് നടപ്പിലാക്കുന്നതിനുള്ള ഇടപെടലുകളും ഇ എം എസിന്റെ നേതൃത്വത്തിലുള്ള സർക്കാർ നടപ്പിലാക്കി. സംസ്ഥാനത്ത് അധികാരം ലഭിച്ചാൽ എങ്ങനെ പ്രവർത്തിക്കണം എന്നത് സംബന്ധിച്ച മുൻ അനുഭവം പാർട്ടിക്കുണ്ടായിരുന്നില്ല. അത്തരമൊരു സാഹചര്യത്തിൽ ഫലപ്രദമായി ആ വെല്ലുവിളിയെ നേരിടാനായി എന്നതിന്റെ സാക്ഷ്യപത്രമാണ് 1957 ലെ സംസ്ഥാന സർക്കാരിന്റെ പ്രവർത്തനം.

സംസ്ഥാനത്ത് അധികാരത്തിലിരിക്കുമ്പോൾ ജനക്ഷേമകരമായ പ്രവർത്തനങ്ങൾ പാർട്ടി നേതൃത്വത്തിലുള്ള സർക്കാരുകൾ സംഘടിപ്പിച്ചു. പ്രതിപക്ഷത്തിരിക്കുന്ന ഘട്ടത്തിലാകട്ടെ ജനകീയ താല്പര്യങ്ങൾ ഉയർത്തിപ്പിടിച്ചുകൊണ്ട് ശക്തമായ പ്രക്ഷോഭങ്ങളും സംഘടിപ്പിച്ചു. ബദൽ നയങ്ങൾ മുന്നോട്ടുവെച്ച് പ്രവർത്തിക്കുന്നതിന് ഈ കാലയളവിൽ ശ്രദ്ധിക്കുകയും ചെയ്തു. ബദൽനയങ്ങൾ മുന്നോട്ടുവെച്ചുകൊണ്ടുള്ള ഇത്തരം സമരങ്ങൾ കേരളത്തിന്റെ നേട്ടങ്ങളെ തകർക്കാനുള്ള വലതുപക്ഷശ്രമങ്ങളെ പ്രതിരോധിക്കുന്നതിനും സഹായിച്ചു. ഇത്തരം പോരാട്ടങ്ങൾ നമ്മുടെ മതനിരപേക്ഷ പാരമ്പര്യങ്ങളെയും ജനാധിപത്യപരമായ ജീവിതക്രമങ്ങളെയും സംരക്ഷിക്കുന്നതിന് സഹായകമാകുകയും ചെയ്തു. നവോത്ഥാന പ്രസ്ഥാനങ്ങൾ മുന്നോട്ടുവെച്ച ആശയഗതികളെ, തുടർന്ന് മുന്നോട്ടുകൊണ്ടുപോയതും കമ്യൂണിസ്റ്റ് പാർട്ടിയാണ്. സാമൂഹ്യമായ അവശതകളുടെ പ്രശ്നത്തെ സാമ്പത്തിക സമരങ്ങളുമായി കണ്ണിചേർത്തുകൊണ്ട് കമ്യൂണിസ്റ്റ് പാർട്ടി നടത്തിയ ഇടപെടലുകളാണ് ജനാധിപത്യ സമൂഹത്തിന് അടിസ്ഥാനമായിത്തീർന്നത്.

ഓരോ കാലഘട്ടത്തിലും ഉയർന്നുവരുന്ന വികസനപ്രശ്നങ്ങളെ മനസ്സിലാക്കി അതിന്റെ അടിസ്ഥാനത്തിൽ നിലപാട് സ്വീകരിച്ച് മുന്നോട്ടു പോകുന്നതിനും പാർട്ടി പ്രത്യേകം ശ്രദ്ധിച്ചു. കേരള സംസ്ഥാന രൂപീകരണത്തിന് മുമ്പുതന്നെ കേരളത്തിന്റെ വികസനത്തെ സംബന്ധിച്ച ഒരു രേഖ 1956 ൽ പാർട്ടി അംഗീകരിച്ചിരുന്നു. അതിന്റെ അടിസ്ഥാനത്തിലുള്ള പ്രവർത്തനങ്ങളാണ് ഇന്നത്തെ കേരളം സൃഷ്ടിക്കുന്നതിന് അടിത്തറയായി ത്തീർന്നത്. ആഗോളവല്ക്കരണ നയങ്ങൾ നാം നേടിയ നേട്ടങ്ങളെ തകർക്കുന്ന സാഹചര്യം വന്നപ്പോൾ അതിനെ പ്രതിരോധിക്കുന്നതിനുള്ള വികസന പരിപാടികൾ ആസൂത്രണം ചെയ്യുന്നതിന് പാർട്ടി ഇടപെട്ടു. അതിന്റെ ഏറ്റവും വലിയ ഉദാഹരണങ്ങളിലൊന്നാണ് ഇ എം എസിന്റെ നേതൃത്വത്തിൽ സംഘടിപ്പിക്കപ്പെട്ട അന്താരാഷ്ട്ര കേരള പഠനകോൺഗ്രസ്. പുതിയ കാലത്തിന്റെ വെല്ലുവിളികളെ മറികടക്കുന്ന വിധം നമ്മുടെ ദൗർബല്യങ്ങളെ തുറന്നുകാട്ടിയും നേട്ടങ്ങളെ മുറുകെപ്പിടിച്ചും മുന്നോട്ടുപോകുന്നതിനുള്ള ഒരു മാർഗ്ഗരേഖ പഠന കോൺഗ്രസ് മുന്നോട്ടുവെച്ചു. പില്ക്കാലത്തെ ഇടതുപക്ഷ സർക്കാരുകൾക്ക് പ്രവർത്തന മാർഗ്ഗം വിഭാവനം ചെയ്യുന്നവിധം തുടർന്നുള്ള ഓരോ പഠന കോൺഗ്രസുകളും സഹായകമാകുകയും ചെയ്തു.

കേരളത്തിലെ ജനാധിപത്യ സമൂഹത്തിന് വലിയ വെല്ലുവിളിയായിട്ടാണ് ഭൂരിപക്ഷ–ന്യൂനപക്ഷ വർഗ്ഗീയ ശക്തികൾ മാറിക്കൊണ്ടിരിക്കുന്നത്. ഈ രണ്ട് വർഗ്ഗീയതയ്ക്കെതിരെയും സന്ധിയില്ലാതെ പൊരുതിക്കൊണ്ടിരിക്കുന്നത് കമ്യൂണിസ്റ്റ് പാർട്ടിയാണ്. ഇടതുപക്ഷത്തെ തകർക്കാനുള്ള പദ്ധതിയുടെ ഭാഗമായി എല്ലാ പിന്തിരിപ്പൻ ശക്തികളെയും കൂട്ടുപിടിച്ച് മുന്നോട്ടുപോകുന്നതിനുള്ള ശ്രമങ്ങളാണ് വലതുപക്ഷം നടത്തിക്കൊണ്ടിരിക്കുന്നത്. കേരളത്തിന്റെ ജനാധിപത്യവല്ക്കരണത്തെ ദുർബ്ബലപ്പെടുത്തുന്ന ഇത്തരം നയങ്ങളെ പ്രതിരോധിക്കുന്നതിനും കമ്യൂണിസ്റ്റുകാർ മുമ്പന്തിയിൽ തന്നെ നിന്നു. വർത്തമാന സാഹചര്യത്തിൽ ബി ജെ പി നേതൃത്വം നല്കുന്ന കേന്ദ്ര സർക്കാരിന്റെ പ്രവർത്തനങ്ങളെ ന്യൂനപക്ഷ സംരക്ഷണത്തിന്റെ പേരു പറയുന്ന മുസ്ലീംലീഗ് നേതാക്കൾ പോലും ഒരുതരത്തിലും കാര്യമായി എതിർക്കുന്നില്ല. സംഘപരിവാറുമായുള്ള പരസ്യബാന്ധവം എന്ന കാഴ്ചപ്പാട് അവർ മുന്നോട്ടുവെച്ചുകഴിഞ്ഞു. ജമാഅത്തെ ഇസ്ലാമിയെയും എസ് ഡി പി ഐയെയും പോലുള്ള സംഘടനകളുമായും തങ്ങൾ യോജിക്കാൻ പോകുന്നുവെന്ന കാര്യവും വ്യക്തമാക്കിക്കഴിഞ്ഞു.

ആധുനിക കേരളത്തിന്റെ രൂപീകരണത്തിന് പ്രധാന പങ്കുവഹിച്ച സുപ്രധാനഘടകം നവോത്ഥാന പ്രസ്ഥാനങ്ങളാണ്. നവോത്ഥാന പ്രസ്ഥാനങ്ങൾ മുന്നോട്ടുവച്ച ആശയങ്ങളെ മുന്നോട്ടുകൊണ്ടുപോയതും ജന്മിത്തത്തിന്റെ സാമ്പത്തിക അടിത്തറ തകർക്കുന്ന വിധം ഭൂപരിഷ്കരണം നടപ്പിലാക്കി ആധുനിക കേരളത്തിന്റെ വികാസത്തിന് പുതിയ മാനം നല്കിയതും 1957 ലെ കമ്യൂണിസ്റ്റ് പാർട്ടിയുടെ നേതൃത്വത്തിലുള്ള സർക്കാരാണ്. ഇപ്പോൾ ആഗോളവല്ക്കരണ നയങ്ങളും വർഗ്ഗീയ ഫാസിസ്റ്റ് അജണ്ടകളും തീമഴപോലെ പെയ്തുകൊണ്ടിരിക്കുമ്പോൾ അതിന് ബദൽ ഉയർത്തി പോരാടുന്നതും കമ്യൂണിസ്റ്റ് പാർട്ടിയാണ്. നമ്മുടെ ദേശീയ പ്രസ്ഥാനം വിഭാവനംചെയ്ത അഴിമതിരഹിതവും മതനിരപേക്ഷവും സാമ്രാജ്യത്വവിരുദ്ധവും സ്വാശ്രയത്വത്തിൽ ഊന്നിനില്ക്കുന്നതുമായ നയങ്ങൾ നടപ്പിലാക്കാൻ പൊരുതുന്നതും കമ്യൂണിസ്റ്റ് പ്രസ്ഥാനമാണ്.

ജനങ്ങളുടെ ജീവൽപ്രശ്നങ്ങളിൽ ഇടപെട്ടുകൊണ്ട് കമ്യൂണിസ്റ്റ് പാർട്ടി നടത്തിയ പ്രവർത്തനങ്ങളാണ് പാർട്ടിക്ക് ഇത്രയേറെ ജനപിന്തുണ നേടുന്ന സാഹചര്യമുണ്ടാക്കിയത്. 1937 ൽ കേരളത്തിൽ പാർട്ടിയുടെ ആദ്യ സെല്ല് രൂപീകരിക്കുമ്പോൾ അതിൽ അംഗങ്ങളായിരുന്നത് 4 പേർ മാത്രമായിരുന്നു. ഇന്ന് കേരളത്തിൽ ഏറ്റവും ജനകീയ അടിത്തറയുള്ള പ്രസ്ഥാനമായി പാർട്ടി മാറിയത് ജനങ്ങളുടെ ജീവൽപ്രശ്നങ്ങളിൽ അവർക്കൊപ്പം നില്ക്കുകയും അവ പരിഹരിക്കുന്നതിനായി സജീവമായി ഇടപെടുകയും ചെയ്തുകൊണ്ടാണ്. ഈ കാലഘട്ടത്തിൽ നിരവധി പ്രതിസന്ധികളെ പാർട്ടിക്ക് അതിജീവിക്കേണ്ടി വന്നിട്ടുണ്ട്. 1964 ൽ പാർട്ടി രണ്ടായി പിളരുന്ന സാഹചര്യമുണ്ടായി. വർഗ്ഗസഹകരണ സിദ്ധാന്തത്തിനെതിരായി വിപ്ലവകരമായ കാഴ്ചപ്പാട് മുന്നോട്ടുവെച്ചുകൊണ്ട് പാർട്ടി

പ്രവർത്തിച്ചു. പാർട്ടി പിളർന്ന ശേഷം അഖിലേന്ത്യാതലത്തിൽ തന്നെ നേരിട്ട ഏറ്റവും വലിയ അഗ്നിപരീക്ഷയായിരുന്നു 1965 ൽ കേരളത്തിൽ നടന്ന നിയമസഭാ തിരഞ്ഞെടുപ്പ്. ആ തിരഞ്ഞെടുപ്പിൽ ഏറ്റവും വലിയ ഒറ്റകക്ഷിയായി സി പി ഐ (എം) ന് മാറാനായി. എന്നാൽ മന്ത്രിസഭ രൂപീകരിക്കാൻ സി പി ഐ (എം) നെ അനുവദിക്കാതെ നിയമസഭ പിരിച്ചുവിടുന്ന സാഹചര്യമാണ് ഉണ്ടായത്. എങ്കിലും ഇന്ത്യയിലെ പാർട്ടിക്കാകെ കരുത്തും ആത്മവിശ്വാസവും പകരുന്ന തെരഞ്ഞെടുപ്പ് ഫലമായി അത് മാറുകയും ചെയ്തു. പാർട്ടിക്കകത്ത് പ്രത്യക്ഷപ്പെട്ട ഇടതു തീവ്രവാദപരമായ ആശയത്തെയും പരാജയപ്പെടുത്താൻ പാർട്ടിക്ക് കഴിഞ്ഞു.

സ്വാമി വിവേകാനന്ദൻ ഭ്രാന്താലയം എന്ന് വിശേഷിപ്പിച്ച കേരളത്തെ ആധുനിക കേരളമാക്കി മാറ്റുന്നതിന് ഇടയാക്കിയത് കമ്യൂണിസ്റ്റ് പാർട്ടിയുടെ ഇടപെടലാണ്. സാമൂഹ്യമായും സാമ്പത്തികമായും അടിച്ചമർത്തപ്പെട്ട വിഭാഗങ്ങൾക്ക് തലയുയർത്തി നില്ക്കാനുള്ള അവസരം സൃഷ്ടിച്ചത് ഇത്തരം ഇടപെടലാണ്. സാമൂഹ്യമായ പിന്നോക്കാവസ്ഥയും സാമ്പത്തികമായ അവശതയും പരിഹരിക്കുന്നതിന് കമ്യൂണിസ്റ്റ് പാർട്ടി നടത്തിയ പ്രക്ഷോഭങ്ങളും പോരാട്ടങ്ങളും സുപ്രധാന പങ്ക് വഹിച്ചു. ഒപ്പം അധികാരത്തിൽ എത്തുന്ന ഘട്ടത്തിൽ അടിസ്ഥാന വിഭാഗങ്ങളുടെ പ്രശ്നങ്ങൾ സവിശേഷമായി പരിഹരിക്കുന്നതിന് നല്കിയ പ്രാധാന്യം ഇതിന് കരുത്തായിത്തീർന്നു.

വർത്തമാന സാഹചര്യത്തിൽ ഇന്ത്യയിൽ അധികാരത്തിലുള്ള ഏക ഇടതുപക്ഷ സർക്കാരാണ് കേരളത്തിലുള്ളത്. ആഗോളവല്ക്കരണ നയങ്ങൾ ഇന്ത്യയിൽ ശക്തമായി കേന്ദ്രസർക്കാർ നടപ്പിലാക്കുകയാണ്. ആ നയത്തിൽനിന്നും വ്യത്യസ്തമായ നയസമീപനങ്ങൾ ഇന്ത്യയിലെ മറ്റൊരു സംസ്ഥാനസർക്കാരും മുന്നോട്ടുവെക്കുന്നില്ല. എന്നാൽ അതിൽനിന്നും വ്യത്യസ്തമായി ആഗോളവല്ക്കരണ നയങ്ങൾക്ക് ബദൽ സാദ്ധ്യമാണ് എന്ന കാഴ്ചപ്പാട് മുന്നോട്ടുവെച്ച് എൽ ഡി എഫ് സർക്കാർ ഒരു പുതിയ പാത വെട്ടിത്തെളിച്ചിരിക്കുകയാണ്.

പൊതുമേഖലയെ തകർക്കുക, ആരോഗ്യ-വിദ്യാഭ്യാസ മേഖലയിൽ നിന്നും സർക്കാർ പിന്മാറുക, കാർഷികരംഗത്തെ സർക്കാർ നിക്ഷേപം വെട്ടിച്ചുരുക്കുക, സാമൂഹ്യസുരക്ഷാപദ്ധതികളെ ഇല്ലാതാക്കുക, തുടങ്ങിയവയാണ് ആഗോളവല്ക്കരണ നയങ്ങളുടെ മുഖമുദ്ര. ഇത്തരം തെറ്റായ നയങ്ങൾക്കെതിരായി ബദൽ ഉയർത്തിക്കൊണ്ട് സംസ്ഥാനസർക്കാർ മുന്നോട്ടുപോകുകയാണ്. നഷ്ടത്തിലായിരുന്ന പൊതുമേഖലാ സ്ഥാപനങ്ങൾ പ്രളയത്തിന്റെയും കോവിഡിന്റെയും പ്രതിസന്ധികൾക്കിടയിലും ലാഭത്തിലേക്ക് എത്തിനില്ക്കുകയാണ്. പൊതുവിദ്യാഭ്യാസമേഖലയിൽ ഈ സർക്കാർ അധികാരത്തിൽ വന്ന ശേഷം അഞ്ചുലക്ഷം വിദ്യാർത്ഥികൾ വർദ്ധിച്ചുവെന്നത് ആ രംഗത്തെ നേട്ടത്തിന്റെ ആഴം വ്യക്തമാക്കുന്നതാണ്. കോവിഡ് പ്രതിരോധത്തിലുൾപ്പെടെ ആരോഗ്യമേഖല നടത്തുന്ന

ഇടപെടലും ലോകശ്രദ്ധ നേടിക്കഴിഞ്ഞു. കാർഷികമേഖലയിൽ വമ്പിച്ച നിക്ഷേപമാണ് ഈ സർക്കാർ നടത്തുന്നത്. അടിസ്ഥാന സൗകര്യമേഖലയിലെ വികാസം അത്ഭുതപ്പെടുത്തുന്ന തരത്തിൽ പുരോഗമിക്കുകയാണ്. ജീവൽപ്രശ്നങ്ങളിൽ ഉഴലുന്ന ജനതയ്ക്ക് അത്താണിയായി മാറുകയാണ് ക്ഷേമപദ്ധതികൾ. വർഗ്ഗീയമായ അജണ്ടകൾ രാജ്യത്ത് ദുരിതം വിതയ്ക്കുമ്പോൾ ഭരണഘടനാ മൂല്യങ്ങൾ മുറുകെപ്പിടിച്ച് പ്രതിരോധമുയർത്തുകയാണ് എൽ ഡി എഫ് സർക്കാർ.

കേന്ദ്രസർക്കാർ മുന്നോട്ടുവെക്കുന്ന ആഗോളവല്ക്കരണ നയങ്ങൾക്കെതിരെ ഉയരുന്ന പ്രതിഷേധങ്ങളെ ദുർബ്ബലപ്പെടുത്തുന്നതിനായിക്കൂടി നടത്തുന്ന വർഗ്ഗീയ അജണ്ടകളെ പ്രതിരോധിക്കുന്ന സർക്കാരായി എൽ ഡി എഫ് സർക്കാർ ഉയർന്നുനില്ക്കുകയാണ്. പൗരത്വഭേദഗതി ഉൾപ്പെടെയുള്ള ജനാധിപത്യധ്വംസന നടപടികളെ പ്രതിരോധിക്കുന്നതിന്റെ കേന്ദ്രമായി തന്നെ രാജ്യത്ത് മാറാൻ എൽ ഡി എഫ് സർക്കാരിന് കഴിഞ്ഞുവെന്നതും അഭിമാനിക്കാവുന്ന നേട്ടമാണ്. പ്രകൃതി ദുരന്തങ്ങളുടെയും മഹാമാരിയുടെയും നടുവിൽ നില്ക്കുമ്പോഴും പ്രകടനപത്രികയിൽ മുന്നോട്ടുവെച്ച കാഴ്ചപ്പാടുകൾ വലിയൊരളവോളം ഏറക്കുറെ പ്രാവർത്തികമായി എന്നതും നമ്മുടെ ജനാധിപത്യത്തിലെ മറ്റൊരു പുതിയ ഏടാണ്. അങ്ങനെ ഇന്ത്യൻ ജനാധിപത്യത്തിന്റെ ചരിത്രത്തിൽ ഒരു പുതിയ ഏട് സൃഷ്ടിക്കുകയാണ് സംസ്ഥാന സർക്കാർ ചെയ്യുന്നത്.

നവോത്ഥാന ആശയങ്ങളുടെ കൊടിക്കൂറ വർഗ്ഗകാഴ്ചപ്പാടോടെ ഏറ്റുവാങ്ങി മുന്നോട്ടുപോയ പാരമ്പര്യമാണ് കമ്യൂണിസ്റ്റ് പാർട്ടിക്കുള്ളത്. പാർട്ടിയുടെ ഇടപെടൽ കേരളത്തിന്റെ മനസ്സിനെത്തന്നെ മാറ്റിമറിക്കുന്നതിന് പ്രാപ്തമായ വിധത്തിൽ മാറുകയും ചെയ്തു. ഒരു ഇടതുപക്ഷ മനസ്സ് കേരളത്തിൽ രൂപീകരിക്കാൻ ഇടയാക്കിയത് ഇത്തരം ഇടപെടലാണ്. നമ്മുടെ രാഷ്ട്രീയത്തെ ദിശാബോധത്തോടെയും ദീർഘവീഷണത്തോടെയും മുന്നോട്ടു നയിക്കുന്നതിന് പാർട്ടി നടത്തിയ ശ്രമമാണ് നമ്മുടെ ഉന്നതമായ രാഷ്ട്രീയബോധത്തിന്റെ അടിസ്ഥാനം. അത്തരത്തിലുള്ള ഒരു സമൂഹം രൂപപ്പെടുത്താനുള്ള നേതൃത്വം വഹിക്കാൻ പാർട്ടിക്ക് കഴിഞ്ഞത് അത് മുന്നോട്ടുവെക്കുന്ന ആശയ വ്യക്തതയുടെ ശക്തികൂടിയാണ് വെളിവാക്കുന്നത്. വ്യക്തമായ രാഷ്ട്രീയ കാഴ്ചപ്പാടോടെ കെട്ടിപ്പടുത്ത ഒരു സംഘടന എന്ന നിലയിൽ നാടിന്റെ പ്രശ്നങ്ങളെ അഭിമുഖീകരിക്കുന്നതിന് കഴിഞ്ഞുവെന്നതാണ് കേരളത്തിലെ ഏറ്റവും വലിയ പാർട്ടിയായി സി പി ഐ (എം) നെ മാറ്റിത്തീർത്തത്.

ജനകീയതാല്പര്യം ഉയർത്തിപ്പിടിച്ചുകൊണ്ട് നടത്തിയ ഇടപെടലുകളാണ് കേരളത്തിന്റെ പുരോഗമനപരവും ജനാധിപത്യപരവുമായ ജീവിതത്തിന്റെ അടിത്തറ. അങ്ങനെ പൊരുതുന്ന പാർട്ടിയെ തകർത്ത് തങ്ങളുടെ വർഗ്ഗീയതയും കോർപ്പറേറ്റ് താല്പര്യവും സംരക്ഷിക്കുന്ന അജണ്ടകൾ സ്ഥാപിക്കുന്നതിനുവേണ്ടിയുള്ള പ്രവർത്തനങ്ങളാണ് ഇപ്പോൾ വ്യാജപ്രചരണങ്ങളിലൂടെയും മറ്റും സംസ്ഥാനത്ത് നടന്നുകൊ

ണ്ടിരിക്കുന്നത്. ഈ യാഥാർത്ഥ്യം മനസ്സിലാക്കി പാർട്ടിയെയും അതിന് നേതൃത്വം നല്കുന്ന സംസ്ഥാന സർക്കാരിനെയും സംരക്ഷിക്കുന്നതിന് എല്ലാവരും സന്നദ്ധമാവേണ്ട ഒരു ഘട്ടംകൂടിയാണ് ഇത്. അതിന് കരുത്തുപകരുന്ന വിധമുള്ള പരിപാടികൾ സംഘടിപ്പിക്കുന്നതിന് നമുക്ക് കഴിയണം. മാധ്യമങ്ങളിലൂടെയും മറ്റും നടത്തിക്കൊണ്ടിരിക്കുന്ന കള്ള പ്രചരണങ്ങളെ ചെറുത്തുതോല്പിക്കാൻ ജനങ്ങളുമായി കൂടുതൽ ഇഴുകിച്ചേർന്നുകൊണ്ടുള്ള പ്രവർത്തനങ്ങൾ സംഘടിപ്പിക്കാനാവണം. അതിലൂടെ മാത്രമേ ഈ നീക്കങ്ങളെ പ്രതിരോധിക്കാനാവൂ. കൂടുതൽ ജനങ്ങളിലേക്ക്, കൂടുതൽ ആഴത്തിൽ ജനങ്ങളിലേക്ക് എന്ന കാഴ്ചപ്പാടാവണം നമ്മെ നയിക്കേണ്ടത്.

സാമൂഹിക നീതിക്കായുള്ള പോരാട്ടത്തിൽ കമ്യൂണിസ്റ്റുകാരുടെ സംഭാവന

ബി വി രാഘവലു

കമ്യൂണിസ്റ്റുകാരെ സംബന്ധിച്ചിടത്തോളം തുടക്കം മുതൽ തന്നെ സാമൂഹിക നീതിക്കായുള്ള പോരാട്ടം എല്ലായ്പ്പോഴും വിപ്ലവസമരത്തിന്റെ അവിഭാജ്യഭാഗമായിരുന്നു. കമ്യൂണിസ്റ്റ് പ്രസ്ഥാനത്തിന്റെ നൂറുവർഷത്തെ നയവും അനുഷ്ഠാനവും ഇക്കാര്യം സാധൂകരിക്കുന്നു. പ്രത്യയശാസ്ത്രപരമായ വ്യതിയാനങ്ങളെപ്പോലെ തന്നെ ഭരണവർഗ്ഗങ്ങളുടെ അടിച്ചമർത്തലും കമ്യൂണിസ്റ്റു പ്രസ്ഥാനത്തിന്റെ പ്രവർത്തനത്തിന് വിലങ്ങുതടിയായിട്ടുണ്ട്; ചിലപ്പോൾ അതിന്റെ ഉയർച്ച–താഴ്ചകൾക്കും ഇടയായിട്ടുണ്ട്; സാമൂഹിക നീതിക്കായുള്ള സമരങ്ങളും ഇതേപോലെ തന്നെ നിരവധി ഉയർച്ച–താഴ്ചകൾക്ക് സാക്ഷ്യം വഹിച്ചിട്ടുണ്ട്. ഈ ഘടകങ്ങളെല്ലാം ഉണ്ടായിട്ടും, സാമൂഹികമായ അടിച്ചമർത്തലിനെതിരായ പോരാട്ടത്തിൽ കമ്യൂണിസ്റ്റുകാരുടെ പങ്കാളിത്തത്തെ നിസ്സാരമാക്കിക്കാണിക്കാനാവില്ല എന്ന് ന്യായമായി തന്നെ പറയാവുന്നതാണ്; ഈ പോരാട്ടത്തിൽ കമ്യൂണിസ്റ്റുകാർ വഹിച്ച പങ്ക് മറ്റാരുടെയും പിന്നിലും അല്ലതാനും. ഇ എം എസ് നമ്പൂതിരിപ്പാട് ഇങ്ങനെ പ്രസ്താവിച്ചിട്ടുണ്ട്:

> (കേരളത്തിലെ) സോഷ്യലിസ്റ്റ്–കമ്യൂണിസ്റ്റ് പ്രസ്ഥാനത്തിന്റെ ആദ്യനാളുകളിൽ മർദ്ദിതരായ ഹിന്ദുജാതി വിഭാഗങ്ങളുടെയും മുസ്ലീം–ക്രിസ്ത്യൻ ന്യൂനപക്ഷങ്ങളുടെയും സവർണ്ണ ഹിന്ദു മേധാവിത്തത്തിനെതിരായ ജനാധിപത്യപരമായ ആഗ്രഹാഭിലാഷങ്ങൾക്കു വേണ്ടിയായിരുന്നു സോഷ്യലിസ്റ്റുകളും കമ്യൂണിസ്റ്റുകാരും നിലയുറപ്പിച്ചത്... ഇടതുപക്ഷക്കാരായ ആളുകളെ ജാതീയവും വർഗ്ഗീയവുമായ ചേരിതിരിവിനെതിരായ ഉറച്ച പോരാളികളായി കാണാവുന്നതാണ്; ജനാധിപത്യ പ്രസ്ഥാനത്തിന്റെ ശരിക്കുമുള്ള ആസ്തിയാണിത്.

സ്വാതന്ത്ര്യസമര കാലത്ത് രാഷ്ട്രീയ ശക്തികൾക്കിടയിൽ ജാതി വിവേചനത്തിന്റെയും സാമൂഹികമായ അടിച്ചമർത്തലിന്റെയും പ്രശ്നം സംബന്ധിച്ച് പ്രധാനമായും നാല് കാഴ്ചപ്പാടുകൾ നിലവിലുണ്ടായിരുന്നു. കടുത്ത ഫ്യൂഡൽ പിന്തിരിപ്പത്തത്തിന്റെ പ്രതിനിധിയായിരുന്നു ആർ എസ് എസ്. മനുവിന്റെ ധർമ്മശാസ്ത്രമായിരുന്നു അതിനു വഴികാട്ടിയായിരുന്ന തത്ത്വശാസ്ത്രം. 'പൗരാണിക ഇന്ത്യയുടെ സുവർണ്ണ യുഗ' ത്തിൽനിന്നും തുടർന്നുവരുന്ന മഹത്തായ ഒരു സാമൂഹിക വ്യവസ്ഥയെന്ന നിലയിൽ ജാതിവ്യവസ്ഥയെ ആർഎസ്എസ് പരിഗണിക്കുന്നു. അതുകൊണ്ടാണ് സാമൂഹിക പരിഷ്കരണ പ്രസ്ഥാനത്തിനുവേണ്ടിയുള്ള ഏതു സമരത്തിനും ആ സംഘടന എതിരായിരിക്കുന്നത്; സ്വാതന്ത്ര്യത്തിനു ശേഷം പോലും ആർഎസ്എസും അതിന്റെ രാഷ്ട്രീയ സന്തതികളും– മുൻപ് ജനസംഘവും പിന്നീട് ബിജെപിയും–തങ്ങളുടെ ലക്ഷ്യം നിറവേറ്റുന്നതിനുള്ള സോഷ്യൽ എഞ്ചിനീയറിങ്ങിനൊപ്പം തന്നെ പഴയ അതേ മനുവാദം പിന്തുടരുന്നതിൽ ഉറച്ചുനില്ക്കുന്നത്.

ദേശീയ പ്രസ്ഥാനത്തിന്റെ മുഖ്യധാരയ്ക്ക് നേതൃത്വം നല്കിയ ഗാന്ധിജി ചാതുർവർണ്യ വ്യവസ്ഥയെ ആദരിച്ചിരുന്നു. എന്നിരുന്നാലും, അദ്ദേഹം അയിത്തത്തിനും അത്തരത്തിലുള്ള മറ്റു പിന്തിരിപ്പൻ ഘടകങ്ങൾക്കും എതിരായിരുന്നു. അദ്ദേഹം അയിത്തോച്ചാടനത്തിനുള്ള തന്റെ സൃഷ്ടിപരമായ പ്രവർത്തനത്തെ സ്വാതന്ത്ര്യസമരവുമായി സംയോജിപ്പിക്കുന്നതിന് ശ്രമിച്ചു. ജാതി വ്യവസ്ഥയെ ഉന്മൂലനം ചെയ്യാനുള്ള വ്യഗ്രതയ്ക്കപ്പുറം താഴ്ന്ന ജാതികളിൽനിന്നുള്ള ആളുകളെ സ്വാതന്ത്ര്യസമരത്തിന്റെ ഭാഗമാക്കി മാറ്റുന്നതിനുള്ള തീരുമാനമായിരുന്നു കോൺഗ്രസിന്റെ ധാരണയ്ക്ക് ഇടയാക്കിയത്. സ്വാതന്ത്ര്യത്തിനുശേഷം പോലും ഭരണവർഗ്ഗങ്ങൾക്കിടയിൽ ഇപ്പോഴും നിലനില്ക്കുന്നത് ഈ ധാരണയാണ്. അതിനാൽ, ജാതിപരമായ അടിച്ചമർത്തലുകൾ ഇല്ലാതാക്കുന്നതിനുപകരം സംവരണത്തിന്റെയും പ്രാതിനിദ്ധ്യത്തിന്റെയും വ്യവസ്ഥകൾ മാത്രം വാഗ്ദാനം ചെയ്ത് ഈ ജാതികൾക്കിടയിൽ ഒരു മദ്ധ്യവർഗ്ഗത്തെ സൃഷ്ടിക്കുന്നതിലാണ് അവർ ഏർപ്പെട്ടിരിക്കുന്നത്.

ഏറ്റവും ഉല്പതിഷ്ണുപരമായ പ്രവണതയെയാണ് ഡോ. ബാബാസാഹേബ് ബി ആർ അംബേദ്കർ പ്രതിനിധീകരിച്ചിരുന്നത്. ജാതിവ്യവസ്ഥയ്ക്കു കീഴിൽ സ്വാതന്ത്ര്യവും സമത്വവും സാദ്ധ്യമല്ലെന്ന് അദ്ദേഹം പ്രസ്താവിച്ചു; അതുകൊണ്ട് അദ്ദേഹത്തിന്റെ പ്രഖ്യാപിത ലക്ഷ്യം ജാതി നിർമ്മാർജ്ജനമായിരുന്നു. ദളിതർക്കെതിരെ പ്രയോഗത്തിലിരുന്ന അയിത്തത്തിനെതിരെ അദ്ദേഹം സമരം ആരംഭിച്ചു. അദ്ദേഹത്തിന്റെ ലക്ഷ്യം വളരെയേറെ ഉല്പതിഷ്ണുപരമായിരുന്നെങ്കിലും അദ്ദേഹം തെരഞ്ഞെടുത്ത പാത – സംവരണം, പ്രാതിനിദ്ധ്യം, മതപരിവർത്തനം – ജാതി നിർമ്മാർജ്ജനത്തിനുവേണ്ടി ഒരു പരിഹാരം കണ്ടെത്തുന്നതിൽ പരാജയപ്പെട്ടു. അദ്ദേഹത്തിന്റെ പൈതൃകം പിന്തുടരുന്നവരെന്നവകാശപ്പെടുന്ന പലരും അംബേദ്കറുടെ ഉല്പതിഷ്ണുപരമായ നിലപാടുകൾ പോ

ലും ഏറ്റെടുക്കുന്നില്ല. ഭരണവർഗ്ഗ പാർട്ടികൾ മുന്നോട്ടുവയ്ക്കുന്ന ലിബറൽ പരിഹാരങ്ങളിൽ ഒതുങ്ങിക്കൂടുകയാണവർ.

ജാതി നിർമ്മാർജ്ജനമാണ് തങ്ങളുടെ ലക്ഷ്യമെന്ന് പ്രഖ്യാപിച്ചതിനൊപ്പം ആ ലക്ഷ്യം കൈവരിക്കുന്നതിന് ശരിയായ പാത കാണിച്ചതും കമ്യൂണിസ്റ്റു പാർട്ടി മാത്രമാണ്. പിന്നീട് നൂറുവർഷത്തിനിടയിൽ ഈ ലക്ഷ്യം കൈവരിക്കുന്നതിന് പാർട്ടി അതിനു കഴിയുന്നതെല്ലാം ചെയ്തു. ജാതിക്കെതിരെയും ജാതി വിവേചനത്തിന്റെയും ജാതീയമായ അടിച്ചമർത്തലിന്റെയും രൂപങ്ങൾക്കെതിരെയുമുള്ള പ്രത്യയശാസ്ത്ര സമരം താൽക്കാലികാശ്വാസത്തിനു വേണ്ടിയുള്ള സമരത്തിനൊപ്പം സമാന്തരമായി നടത്തണമെന്നാണ് കമ്യൂണിസ്റ്റു പാർട്ടി പറഞ്ഞത്. എന്നാൽ ഈ സമരം മാത്രം പോരായെന്നും ഫ്യൂഡൽ ചൂഷണത്തിനെതിരെയും മേൽജാതിക്കാരുടെയും ഫ്യൂഡൽ ഭൂപ്രഭുക്കളുടെയും കൈകളിൽ ഭൂമി സാന്ദ്രീകരിക്കുന്നതിനെതിരെയും (തങ്ങളുടെ കൈവശം ഭൂമി സാന്ദ്രീകരിക്കുന്നതാണ് അവരുടെ ശക്തി) ഉള്ള സമരവുമായി അതിനെ കൂട്ടിയോജിപ്പിക്കണമെന്നും പാർട്ടി പ്രഖ്യാപിച്ചിരുന്നു. കമ്യൂണിസ്റ്റ് പ്രസ്ഥാനത്തിന്റെ ചരിത്രം പഠിച്ചാൽ ഈ ലക്ഷ്യങ്ങൾ സാക്ഷാൽക്കരിക്കുന്നതിന് കമ്യൂണിസ്റ്റുകാർ എത്രത്തോളം കഠിനമായി പ്രയത്നിച്ചുവെന്ന് കാണാൻ കഴിയും.

കമ്യൂണിസ്റ്റു പാർട്ടിയുടെ ആദ്യ പരിപാടി ആയി കണക്കാക്കപ്പെടുന്ന കരട് പ്രവർത്തന പരിപാടിയിൽ (1930) വ്യക്തമായും ഇങ്ങനെ പ്രസ്താവിച്ചു:

> കമ്യൂണിസ്റ്റ് പാർട്ടി ഓഫ് ഇന്ത്യ അടിമത്തവും ജാതി വ്യവസ്ഥയും എല്ലാ രൂപങ്ങളിലുമുള്ള ജാതീയമായ അസമത്വവും (സാമൂഹികം, സാംസ്കാരികം തുടങ്ങിയവ) പൂർണ്ണമായും ഇല്ലാതാക്കുന്നതിനു വേണ്ടിയാണ് പൊരുതുന്നത്. അദ്ധ്വാനിക്കുന്നവരായ അയിത്തക്കാരുടെയും നമ്മുടെ രാജ്യത്തെ അദ്ധ്വാനിക്കുന്ന ജനവിഭാഗങ്ങളുടെയും പരിപൂർണ്ണവും കേവലവുമായ തുല്യതയ്ക്കു വേണ്ടിയാണ് കമ്യൂണിസ്റ്റു പാർട്ടി ഓഫ് ഇന്ത്യ പൊരുതുന്നത്.

മീററ്റ് ഗൂഢാലോചന കേസിൽ കുറ്റാരോപിതരായ കമ്യൂണിസ്റ്റുകാർ കോടതിക്കുമുൻപാകെ നല്കിയ പൊതുപ്രസ്താവനയിൽ ജാതി വ്യവസ്ഥയെ അപലപിച്ചു. നമ്മുടെ ഗ്രാമങ്ങളിൽ ജാതിവ്യവസ്ഥ എങ്ങനെയാണ് അധീശത്വം സ്ഥാപിച്ചിരിക്കുന്നതെന്ന് അവർ വിശദീകരിച്ചു. ജാതീയമായ അടിച്ചമർത്തൽ ഇല്ലാതാക്കുന്നതിന് കാർഷിക വിപ്ലവത്തിന്റെ അനിവാര്യതയെക്കുറിച്ചും അവർ പറഞ്ഞു. അതിനകംതന്നെ സോഷ്യലിസത്തിലേക്കും കമ്യൂണിസത്തിലേക്കും ആകൃഷ്ടനായിക്കഴിഞ്ഞിരുന്ന ഭഗത്സിങ് 1929 ൽ അയിത്തത്തെ സംബന്ധിച്ചും ജാതി വ്യവസ്ഥയുടെ ഉന്മൂലനത്തിന്റെ ആവശ്യകതയെക്കുറിച്ചും ഒരു ലേഖനം എഴുതി. ആ കാലഘട്ടത്തിൽ ചർച്ച ചെയ്തിരുന്ന, ദളിതർക്ക് പ്രത്യേക നിയോജകമണ്ഡലം

എന്ന നിർദ്ദേശത്തിന് അദ്ദേഹം പിന്തുണ നല്കി.

കമ്യൂണിസ്റ്റുകാരുടെ ദൈനംദിന പ്രവർത്തനത്തിന്റെ ഭാഗമായിരുന്നു എക്കാലത്തും സാമൂഹിക പരിഷ്കരണ പ്രസ്ഥാനങ്ങൾ. ജാതി വിവേചനത്തിനും ലിംഗപരമായ വിവേചനത്തിനും എതിരായ സമരം അവരുടെ എല്ലാ സമരങ്ങളുടെയും ഭാഗമായിരുന്നു. ആന്ധ്രാപ്രദേശിൽ സഖാവ് പി സുന്ദരയ്യയുടെയും കേരളത്തിൽ സഖാക്കൾ എ കെ ഗോപാലൻ, പി കൃഷ്ണപിള്ള, ഇ എം എസ് നമ്പൂതിരിപ്പാട് എന്നിവരുടെയും തമിഴ്നാട്ടിൽ സഖാക്കൾ പി രാമമൂർത്തി, ജീവാനന്ദം, ശ്രീനിവാസ റാവു എന്നിവരുടെയും മഹാരാഷ്ട്രയിൽ സഖാക്കൾ ബി ടി രണദിവെ, ആർ സി മോറെ എന്നിവരുടെയും ജീവിതങ്ങൾ ജാതി വിവേചനത്തിനെതിരായ കമ്യൂണിസ്റ്റുകാരുടെ മാർഗ്ഗദർശകപരമായ പ്രവർത്തനം സൂക്ഷ്മമായി വിവരിക്കുന്നു. ഈ നേതാക്കളുടെ മാത്രമല്ല, ഈ കാലഘട്ടത്തിലെ മിക്കവാറും എല്ലാ കമ്യൂണിസ്റ്റുകാരുടെയും ജീവിതങ്ങളും ജാതി വിവേചനത്തിനെതിരെയും സാമൂഹിക സമത്വത്തിനുവേണ്ടിയുള്ള സമരവുമായി കെട്ടു പിണഞ്ഞു കിടക്കുകയാണ്. സ്ത്രീകളോടുള്ള വിവേചനത്തിനെതിരെയും ജാതിവ്യവസ്ഥയ്ക്കെതിരെയും സാമൂഹിക പരിഷ്കരണത്തിനു വേണ്ടിയുമുള്ള സമരങ്ങളിൽനിന്നും തുടക്കംകുറിച്ച രാഷ്ട്രീയമായ അവരുടെ പ്രയാണത്തിനിടയിൽ ഇത്തരം സമരങ്ങളുടെ പരിമിതിയെക്കുറിച്ച് അവർ മനസ്സിലാക്കുകയും സോഷ്യലിസത്തിലേക്ക് തിരിയുകയും കമ്യൂണിസ്റ്റുകാരായി മാറുകയും ചെയ്തു.

വിവിധ പാർട്ടി കോൺഗ്രസുകളിൽ കമ്യൂണിസ്റ്റു പാർട്ടി അംഗീകരിച്ച വിവിധ പ്രമേയങ്ങളിൽനിന്നുള്ള പ്രസക്തഭാഗങ്ങൾ സാമൂഹിക പരിഷ്കരണത്തിനായി കമ്യൂണിസ്റ്റുകാർ നടത്തിയ പ്രവർത്തനം എത്ര വിപുലമായിരുന്നെന്ന് വ്യക്തമാക്കുന്നു.

ആന്ധ്രാമേഖലയിൽ കമ്യൂണിസ്റ്റു പാർട്ടി നടത്തിയ പ്രവർത്തനത്തെ അവലോകനം ചെയ്തുകൊണ്ട് ആ കാലത്തെ ഒരു റിപ്പോർട്ടിൽ ഇങ്ങനെ പ്രസ്താവിക്കുന്നു:

> അയിത്തം എന്ന ചെകുത്താനെതിരെ കമ്യൂണിസ്റ്റു പാർട്ടി പൊരുതുന്നുണ്ട്. പാർട്ടി അംഗങ്ങൾ അയിത്തക്കാർക്കൊപ്പം ഭക്ഷണം കഴിക്കുന്നു; അവരോടൊപ്പം ജീവിക്കുന്നു; അവരുടെ സുഖ–ദുഃഖങ്ങൾ പങ്കുവയ്ക്കുന്നു. സർവ്വോപരി, വർഗ്ഗസമരത്തിന്റെ തന്നെ സ്വഭാവം അത് അയിത്തക്കാരെയും അയിത്തമില്ലാത്തവരെയുമെല്ലാം ഒരേ പോലെ ഒരേ ബാനറിനുകീഴിൽ ഒരുമിച്ച് അണിനിരത്തുന്നുവെന്നതാണ്. വിവാഹ ആഘോഷങ്ങൾ ലളിതമാക്കി.... മിശ്രവിവാഹങ്ങൾ വ്യാപകമായി പ്രചരിപ്പിക്കപ്പെട്ടു; പാർട്ടി അംഗങ്ങൾ ഇതിന്റെയെല്ലാം മുൻനിരയിൽത്തന്നെയുണ്ട്.

ആ കാലഘട്ടത്തിൽ രാജ്യത്തുടനീളം ഇത്തരത്തിലുള്ള പ്രവർത്തനങ്ങൾ നടത്തിയിരുന്നു.

ജാതീയമായ അതിർവരമ്പുകളെ അതിജീവിക്കലും ഐക്യം സ്ഥാപിക്കലും ആയിരുന്നു ആ കാലഘട്ടത്തിൽ നടത്തിയ എല്ലാ സമരങ്ങളുടെയും, പ്രത്യേകിച്ച് കാർഷിക സമരങ്ങളുടെ, പ്രധാനപ്പെട്ട ഘടകം. ഈ സമരങ്ങൾക്കിടയിൽ സൃഷ്ടിക്കപ്പെട്ട സാഹിത്യത്തെയും ഗാനങ്ങളെയും മറ്റു സാംസ്കാരിക രൂപങ്ങളെയും നാം വിശകലനം ചെയ്യുകയാണെങ്കിൽ, ജനങ്ങൾക്കിടയിൽ എത്രത്തോളം ജാതി വിരുദ്ധബോധം സൃഷ്ടിക്കപ്പെട്ടുവെന്ന് മനസ്സിലാക്കാനാകും.

തേഭാഗ, പുന്നപ്ര–വയലാർ, മഹത്തായ തെലങ്കാന സായുധ സമരം തുടങ്ങിയവ പോലെയുള്ള കാർഷിക സമരങ്ങൾക്കിടയിൽ ജനങ്ങൾ ജാതിക്കതീതമായി ഒരുമിച്ച് നില്ക്കുകയും ഒറ്റക്കെട്ടായി പൊരുതുകയും ചെയ്തു. തെലങ്കാന സായുധസമരത്തിന്റെ അനുഭവം കാണിക്കുന്നതിങ്ങനെയാണ്:

> ഗ്രാമങ്ങളിൽ ജാതീയമായ വേർതിരിവുകൾ ആഴത്തിൽ വേരുറച്ചതാണ്. ഗവൺമെന്റിനെതിരായ സമരത്തിൽ ജനങ്ങളൊന്നാകെ പങ്കെടുക്കാൻ നിർബ്ബന്ധിതരായി; ജാതിയുടെയോ വംശത്തിന്റെയോ വേർതിരിവൊന്നും കൂടാതെ അവർ ഒത്തൊരുമയോടെ പൊരുതി; അതുകൊണ്ട് അതിനുശേഷം അയിത്തം എന്ന തിന്മയ്ക്കെതിരെ പൊരുതുന്നത് അനായാസമായി. ഗറില്ലാസ്ക്വാഡുകളിൽ തുല്യതയും പരസ്പര ബഹുമാനവും കർശനമായി അനുഷ്ഠിക്കപ്പെട്ടു. അങ്ങനെ ജനങ്ങളുടെ ആശയത്തെ പ്രയോഗം മാറ്റിമറിച്ചു.

അയിത്തത്തിനും ജാതി വിവേചനത്തിനും എതിരായ സമരത്തിൽ നിന്നും നേടിയ അനുഭവങ്ങളിൽനിന്നുള്ള പാഠത്തെക്കുറിച്ച് പാർട്ടിയുടെ രണ്ടാം കോൺഗ്രസ് (1948) ഇങ്ങനെ തറപ്പിച്ചു പറഞ്ഞു: ‘‘അയിത്തക്കാർക്കെതിരായ എല്ലാ വിവേചനവും ബഹുജനങ്ങളെ ഭിന്നിപ്പിച്ചു നിർത്താനുള്ള ബൂർഷ്വാ നീക്കമായി അപലപിക്കപ്പെട്ടു; ജനകീയ അവകാശങ്ങൾക്കുവേണ്ടിയുള്ള പൊതുസമരത്തിന്റെ ഭാഗമായി അവരുടെ ന്യായമായ ആവശ്യങ്ങൾ നേടിയെടുക്കാനും പൊരുതണം.’’

സ്വാതന്ത്ര്യം നേടിയതിനുശേഷം പോലും ജാതി വ്യവസ്ഥയെ ഉന്മൂലനം ചെയ്യുന്നതിനുള്ള സമരത്തിലെ കമ്യൂണിസ്റ്റ് പ്രസ്ഥാനത്തിന്റെ ലക്ഷ്യത്തിൽ ഒരു ഇളക്കവും തട്ടിയില്ല. തുടക്കത്തിൽ രാഷ്ട്രീയപരവും സംഘടനാപരവുമായ വിഷയങ്ങളിൽ തീരുമാനങ്ങൾ നടപ്പാക്കുന്നതിലും നയങ്ങൾ മുന്നോട്ടു കൊണ്ടുപോകുന്നതിലും സ്വാധീനം ചെലുത്തിയിരുന്നെങ്കിലും പെട്ടെന്നുതന്നെ ജാതി വിരുദ്ധതയ്ക്കും മറ്റു സാമൂഹിക പരിഷ്കരണ പ്രവർത്തനങ്ങൾക്കും മേലുള്ള ഊന്നലിന് വീണ്ടും പ്രാധാന്യം ലഭിച്ചു.

പാർട്ടിയുടെ ഏഴാം കോൺഗ്രസ് (1964) അംഗീകരിച്ച പരിപാടി ജനകീയ ജനാധിപത്യ വിപ്ലവത്തിനായുള്ള സമരത്തിന്റെ ഭാഗമായി അയിത്തം, ജാതി വിവേചനം, സ്ത്രീകളോടുള്ള അസമമായ പെരുമാറ്റം,

മതന്യൂനപക്ഷങ്ങൾക്ക് വേണ്ടത്ര സംരക്ഷണം നല്കാതിരിക്കൽ എന്നിവയ്ക്കെതിരായ പോരാട്ടത്തിന്റെ പ്രാധാന്യത്തെക്കുറിച്ച് ഊന്നിപ്പറഞ്ഞു.

തമിഴ്നാട്, തെലങ്കാന, ആന്ധ്രപ്രദേശ്, കർണ്ണാടകം, ഹിന്ദി സംസാരിക്കുന്ന ചില സംസ്ഥാനങ്ങൾ എന്നിവിടങ്ങളിൽ അയിത്തത്തിനും ജാതിവിവേചനത്തിനുമെതിരെ നടത്തിയ പ്രവർത്തനങ്ങളും സമരങ്ങളും ഈ ലക്ഷ്യത്തോടുള്ള കമ്യൂണിസ്റ്റുകാരുടെ പ്രതിബദ്ധത പ്രകടമാക്കുന്നു. പശ്ചിമബംഗാളിലെയും കേരളത്തിലെയും ത്രിപുരയിലെയും കമ്യൂണിസ്റ്റ് ഗവൺമെന്റുകൾ ഭൂപരിഷ്കരണം നടപ്പാക്കുന്നതിനു കൈക്കൊണ്ട നടപടികൾ ഫ്യൂഡൽ അടിച്ചമർത്തലിന്റെ അടിത്തറമേലാണ് ആഘാതമേല്പിച്ചത്; ഇത് ദളിതരുടെയും മറ്റു പിന്നോക്ക ജാതിക്കാരുടെയും ആത്മാഭിമാനം ഉറപ്പാക്കുകയും മേൽജാതി അധീശാധിപത്യത്തിനുമുന്നിൽ തല ഉയർത്തി നില്ക്കാൻ അവർക്ക് കരുത്തു നല്കുകയും ചെയ്തു.

അയിത്തത്തിനെതിരെയും സമൂഹത്തിലെ പിന്നോക്ക വിഭാഗങ്ങളുടെ ആത്മാഭിമാനത്തിനു വേണ്ടിയും ഈ കഴിഞ്ഞ നൂറുവർഷത്തിനിടയിൽ നിരവധി സമരങ്ങൾ നടന്നിട്ടുണ്ടെങ്കിലും ജാതിവ്യവസ്ഥയുടെ അടിത്തറ തകർക്കുകയെന്ന കടമ ഇപ്പോഴും പൂർത്തീകരിക്കാതെ നിലനില്ക്കുകയാണ്. പഴയ ഫ്യൂഡൽ ബന്ധങ്ങൾ ദുർബ്ബലമാവുകയാണെങ്കിൽ പോലും വളർന്നുവരുന്ന മുതലാളിത്ത വർഗ്ഗങ്ങൾ ജാതിവ്യവസ്ഥ തുടരണമെന്നാണ് ഇപ്പോഴും ആഗ്രഹിക്കുന്നത്. അവരുടെ ചൂഷണം വർദ്ധിപ്പിക്കുന്നതിനും ജനങ്ങളെ ഭിന്നിപ്പിക്കുന്നതിനും അവരുടെ വോട്ടു ബാങ്ക് രാഷ്ട്രീയം നിർബ്ബാധം തുടരുന്നതിനും ജാതി നിലനില്ക്കേണ്ടത് അവരുടെ ആവശ്യമായിരിക്കുന്നു. ഈ കാരണത്താലാണ്, ഇന്ന് ജാതി നിർമ്മാർജ്ജനത്തിനായുള്ള പോരാട്ടം മുതലാളിത്ത വ്യവസ്ഥയ്ക്കാകെ എതിരെയുള്ള പോരാട്ടത്തോട് സഹജമായി തന്നെ ബന്ധപ്പെട്ടിരിക്കുന്നത്. ഈ കാരണം കൊണ്ടുതന്നെ, സാമൂഹിക പരിഷ്കരണം, സംവരണം, പ്രാതിനിദ്ധ്യം തുടങ്ങിയ ജാതീയമായ അടിച്ചമർത്തലിനെതിരായ താല്ക്കാലിക ആശ്വാസ നടപടികൾക്കുവേണ്ടിയുള്ള നമ്മുടെ സമരങ്ങൾക്കൊപ്പം ഭൂമിയുടെ സാന്ദ്രീകരണത്തെ പൊളിച്ചടുക്കുകയും ജാതിവ്യവസ്ഥയുടെ നിലനില്പ് ഉറപ്പാക്കുന്ന മുതലാളിത്ത ശക്തികളെ പരാജയപ്പെടുത്തുകയും ചെയ്യുകയെന്ന ഇനിയും പൂർത്തിയാക്കിയിട്ടില്ലാത്ത കടമകൾ നിറവേറ്റാനുള്ള പോരാട്ടവും നാം നടത്തേണ്ടതുണ്ട്.

തുടക്കം മുതൽ തന്നെ കമ്യൂണിസ്റ്റു പ്രസ്ഥാനം ചൂണ്ടിക്കാണിച്ച പാത ഇപ്പോഴും പ്രസക്തമാണ്. താല്ക്കാലികാശ്വാസത്തിനും സാമൂഹിക പരിഷ്കരണത്തിനുമുള്ള നടപടികൾ അനുപേക്ഷണീയമാണ്; പക്ഷേ, അതുമാത്രം പോര. കാർഷിക വിപ്ലവത്തിനും സോഷ്യലിസത്തിനും മാത്രമേ ജാതിവ്യവസ്ഥയെ പൂർണ്ണമായും നിർമ്മാർജ്ജനം ചെയ്യുന്നതിലേക്ക് നയിക്കാൻ കഴിയൂ. പ്രസ്ഥാനത്തിന്റെ ഈ നൂറുവർഷത്തെ അനുഭവങ്ങൾ കമ്യൂണിസ്റ്റ് പ്രസ്ഥാനത്തിന്റെ ഈ കാഴ്ചപ്പാടിനെ സാധൂകരിക്കുന്നു.

സ്ത്രീ വിമോചനത്തിനായുള്ള പോരാട്ടത്തിന്റെ 100 വർഷം

വൃന്ദ കാരാട്ട്

ആയിരത്തിത്തൊള്ളായിരത്തി ഇരുപതിൽ കമ്യൂണിസ്റ്റു പാർട്ടി പ്രവർത്തനം ആരംഭിച്ചതുമുതൽ തന്നെ സ്ത്രീ വിമോചനത്തിനായുള്ള പോരാട്ടവുമായി മുന്നോട്ടു പോകുന്നതിന് ഇന്ത്യയിലെ സാമൂഹിക-സാമ്പത്തിക സാഹചര്യങ്ങളുടെ സവിശേഷ പശ്ചാത്തലത്തിൽ മാർക്സിസ്റ്റ് സിദ്ധാന്തവും പ്രയോഗവും തമ്മിൽ കൂട്ടിയോജിപ്പിക്കാൻ ശ്രമിച്ചിട്ടുണ്ട്. പാർട്ടിയുടെ സ്വന്തം പ്രവർത്തനത്തിലൂടെ, പ്രത്യേകിച്ചും കമ്യൂണിസ്റ്റുകാരായ സ്ത്രീകളുടെ പ്രവർത്തനത്തിലൂടെയും അനുഭവത്തിലൂടെയും ഉരുത്തിരിഞ്ഞു വന്നതാണ് 'സ്ത്രീ പ്രശ്നം' സംബന്ധിച്ച പാർട്ടിയുടെ ധാരണ. ഇന്ന് ബി ജെ പി-ആർ എസ് എസ് പിന്തിരിപ്പൻ ഭരണത്തിൻ കീഴിൽ വനിതാ പ്രസ്ഥാനങ്ങൾ കൈവരിച്ച സമസ്ത നേട്ടങ്ങളും കവർന്നെടുക്കാനുള്ള ശ്രമങ്ങൾ നടക്കുമ്പോൾ, സർവ്വതലങ്ങളിലും സ്ത്രീകളുടെ അവകാശ സംരക്ഷണത്തിന് കമ്യൂണിസ്റ്റുകാർ നടത്തുന്ന പ്രവർത്തനം അവരെ സ്ത്രീകളുടെ പോരാട്ടങ്ങളുടെ കരുത്തരായ സഖ്യശക്തികളാക്കുന്നു.

ആദ്യകാലം

സ്വാതന്ത്ര്യസമരത്തിൽ സ്ത്രീകൾക്ക് തുല്യതയ്ക്കായുള്ള പോരാട്ടത്തിന് കമ്യൂണിസ്റ്റുകാർ ഒരു പുതിയ കാഴ്ചപ്പാട് അവതരിപ്പിച്ചതിൽ നിർണ്ണായകമായ മൂന്നു വിഷയങ്ങളുണ്ടായിരുന്നു. ഒന്നാമത്തേത്, തൊഴിലാളി വർഗ്ഗത്തിലെ അംഗങ്ങൾ എന്ന നിലയിൽ സ്ത്രീകൾ അനുഭവിക്കുന്ന ചൂഷണത്തിന്റെ പ്രശ്നവും ഫ്യൂഡലിസത്തിനും മുതലാളിത്തത്തിനുമെതിരായ പോരാട്ടത്തിന്റെ ഭാഗമെന്ന നിലയിൽ വനിതാവിമോചനത്തിനായുള്ള സമരവും തമ്മിലുള്ള സഹജമായ ബന്ധം; രണ്ടാമത്തേത്,

സ്ത്രീകളുടെ പൗരത്വവുമായി ബന്ധപ്പെട്ട വിഷയവും അതിലും സവിശേഷമായി ജാതിവ്യവസ്ഥ ഉന്മൂലനം ചെയ്യുന്നതിനുള്ള സമരവും; മൂന്നാമത്തേത്, പാരമ്പര്യവും മതഗ്രന്ഥങ്ങളും നിലവിലുള്ള മുതലാളിത്ത സംസ്കാരവും അനുവദിച്ചുകൊടുക്കുന്ന സ്ത്രീകൾക്കെതിരായ അക്രമത്തിന്റെ പ്രശ്നം.

1929 ലെ മീററ്റ് ഗൂഢാലോചന കേസിൽ കുറ്റാരോപിതരായ 18 കമ്യൂണിസ്റ്റുകാർ സ്വന്തം ഭാഗം ന്യായീകരിക്കുന്നതിനായി അവതരിപ്പിച്ച പ്രസ്താവന, ഇന്ത്യയിലെ കമ്യൂണിസ്റ്റുകാർ ഇത് പ്രതിഫലിപ്പിച്ചുകൊണ്ട് നടത്തിയ ആദ്യത്തെ പ്രധാന പ്രസ്താവന ആയിരുന്നു. അതിൽ പറയുന്നു: "കുടുംബത്തെ ആവരണം ചെയ്തു നില്ക്കുന്ന വികാരത്തിന്റെ മേലങ്കി ചൂഷണത്തിനുള്ള ഉപാധി എന്ന നിലയിലാണ് എപ്പോഴും ഉപയോഗിക്കപ്പെടുന്നത്. സോഷ്യലിസത്തിൻകീഴിൽ മാത്രമേ സ്ത്രീകളെയും കുട്ടികളെയും ചൂഷണം ചെയ്യുന്നതിന് കുടുംബത്തെ ഉപയോഗിക്കുന്നത് അവസാനിക്കുകയുള്ളൂവെന്ന് ഞങ്ങൾ അവകാശപ്പെടുന്നു..." "സ്ത്രീകളുടെ പദവി പരമ്പരാഗതമായിത്തന്നെ പുരുഷനു കീഴ്പ്പെട്ടു നില്ക്കേണ്ടവൾ എന്ന നിലയിലാണ്. പലപ്പോഴും അത് യഥാർത്ഥത്തിൽ അടിമത്തം തന്നെയായി മാറുന്നു... സോവിയറ്റ് യൂണിയനിൽ ഇപ്പോൾ നടന്നുകൊണ്ടിരിക്കുന്ന സ്ത്രീകളുടെ മോചനം മാത്രമാണ് മുന്നോട്ടേക്കുള്ള പാത....." വർഗ്ഗ ചൂഷണത്തിനുനേരെ യുദ്ധപ്രഖ്യാപനം നടത്തുമ്പോൾ തന്നെ കമ്യൂണിസ്റ്റുകാർ പുരുഷാധിപത്യപരമായ കുടുംബഘടനയുടെ ശക്തരായ വിമർശകരുമാണ്.

വർഗ്ഗസമരത്തിൽ അണിനിരക്കാനും ലിംഗാധിഷ്ഠിത വിവേചനങ്ങൾക്കെതിരെ പൊരുതാനും സ്ത്രീകളെ പ്രോത്സാഹിപ്പിക്കൽ

സ്വാതന്ത്ര്യസമര പ്രസ്ഥാനത്തിന്റെ ഭാഗമെന്ന നിലയിൽ നിയമനിഷേധ പ്രസ്ഥാനത്തിലും ഉപ്പ് സത്യഗ്രഹത്തിലുമെല്ലാം സ്ത്രീകൾ കൂട്ടത്തോടെ പങ്കെടുക്കവെ തന്നെ, ട്രേഡ് യൂണിയനുകളിൽ പ്രവർത്തിച്ചിരുന്ന കമ്യൂണിസ്റ്റുകാർ ബോംബെയിലെ ടെക്സ്റ്റൈൽ മില്ലുകളിലും ഷോലാപ്പൂരിലെ ബീഡിത്തൊഴിലാളികൾക്കിടയിലും ബീഹാറിലെ കർഷകത്തൊഴിലാളികൾക്കും ദരിദ്ര കർഷക സ്ത്രീകൾക്കുമിടയിലും കൂലി, ഭൂമി, ആത്മാഭിമാനം എന്നീ അടിസ്ഥാനാവശ്യങ്ങൾക്കുവേണ്ടി ബംഗാളിലും തൊഴിലാളി വർഗ്ഗത്തിനും കർഷക സ്ത്രീകൾക്കുമിടയിൽ വമ്പിച്ച പ്രക്ഷോഭങ്ങൾ സംഘടിപ്പിക്കുകയുമായിരുന്നു. ഇവയിൽ ചില പ്രധാന തൊഴിലാളി പ്രക്ഷോഭങ്ങൾക്ക് നേതൃത്വം നല്കിയിരുന്നത് അഖിലേന്ത്യാ ട്രേഡ് യൂണിയൻ കോൺഗ്രസ് (എ ഐ ടി യു സി) ആയിരുന്നു. 1920 ൽ രൂപീകരിക്കപ്പെട്ട എ ഐ ടി യു സി വളരെ പെട്ടെന്നുതന്നെ കമ്യൂണിസ്റ്റുകാരുടെ സ്വാധീനത്തിലായി. ആദ്യ സംഘാടകരിൽ ഒരാൾ എ ഐ ടി യു സി രൂപീകരിക്കപ്പെട്ട് ഏറെ കഴിയുംമുൻപ് അതിൽച്ചേർന്ന സന്തോ

ഷ് ദേവി ആയിരുന്നു; അവർ ബംഗാളിലെ ചണത്തൊഴിലാളികൾക്കും അവരുടെ കുടുംബങ്ങൾക്കുമിടയിൽ പ്രവർത്തിച്ചു. ബോംബെയിലെ പാർവതി ഭോരെയും പിന്നീട് 1930 കളിലും 1940 കളിലും അഹല്യ രംഗനേക്കറെയും ഉഷാതായ് ഡാംഗെയെയും വിമല രണദിവെയെയും പോലെ മറ്റു നിരവധി പേർ ഇതിൽ ഉൾപ്പെട്ടു. 1936 ൽ അഖിലേന്ത്യാ കിസാൻ സഭ രൂപീകരിക്കപ്പെടുകയും കമ്യൂണിസ്റ്റുകാർ അതിൽ പ്രധാന പങ്ക് വഹിക്കുകയും ചെയ്തതോടെ ഭൂമിയുടെയും ആത്മാഭിമാനത്തിന്റെയും പ്രശ്നങ്ങളുയർത്തി കമ്യൂണിസ്റ്റുകാരായ സ്ത്രീകൾ വൻതോതിലുള്ള പ്രക്ഷോഭങ്ങളിലേക്ക് വന്നു. തേഭാഗ, തെലങ്കാന, സുർമാവാലി സമരം എന്നിവയെല്ലാം തന്നെ സാമ്പത്തികവും സാമൂഹികവുമായ നീതിതേടി ഇന്ത്യയിലെ അദ്ധ്വാനിക്കുന്ന ജനത നടത്തിയ സമരങ്ങളിലെ ചരിത്ര പ്രധാനമായ ഏടുകളാണ്; ഇവയിലെല്ലാം സ്ത്രീകൾ തുല്യനിലയിൽ പങ്കാളിത്തം വഹിച്ചിരുന്നുവെന്നു മാത്രമല്ല, മറിച്ച് പലപ്പോഴും ചെങ്കൊടികൾ കൈയിലേന്തി മുൻനിര സംഘാടകരുമായി അവർ.

പാർട്ടിയുടെ നേതൃത്വത്തിൽ സ്ത്രീകൾ നടത്തിയ വർഗ്ഗാധിഷ്ഠിത പ്രക്ഷോഭങ്ങൾ നിലനിന്നിരുന്ന സാമൂഹിക മാനദണ്ഡങ്ങൾക്കെതിരായ വെല്ലുവിളിയെ പിന്നെയും കുറേക്കൂടി മുന്നോട്ടുകൊണ്ടുപോയി. വർഗ്ഗവീക്ഷണത്തിൽ നിന്നു നോക്കിയാലും സാമൂഹികമായ വീക്ഷണത്തിൽ നിന്നു നോക്കിയാലും ഒരേപോലെ പുരുഷാധിപത്യ സംസ്കാരത്തോടുള്ള ഇരട്ട വെല്ലുവിളി ആയിരുന്നു അത്.

മഹാരാഷ്ട്രയിലെ താനെയിലെ വർളി ആദിവാസികൾക്കിടയിൽ 1945 ൽ ഗോദാവരി പരുലേക്കർ ആരംഭിച്ച പ്രവർത്തനം ഈ കാര്യത്തെ കൂടുതൽ രൂക്ഷമായി മുന്നോട്ടുകൊണ്ടുവന്നു. ഭൂപ്രഭുക്കളുടെ നിഷ്ഠുരമായ ചൂഷണത്തിനെതിരായ പോരാട്ടത്തിൽ ആദിവാസി സ്ത്രീകൾ അണിനിരന്നപ്പോൾ അവരിൽ വിമോചനത്തിന്റേതായ വികാരം സൃഷ്ടിക്കപ്പെട്ടു; കൂട്ടായ പ്രക്ഷോഭത്തിന്റെ കരുത്തുകൊണ്ട് അവരും അവരെ അടിച്ചമർത്തിയിരുന്നവരും തമ്മിലുള്ള സാമൂഹിക ബന്ധങ്ങളെ വർഗ്ഗസമരത്തിലെ അവരുടെ പങ്കാളിത്തം മാറ്റിമറിച്ചപ്പോൾ, ഭൂപ്രഭുക്കളിൽ നിന്ന് അവർ നേരിട്ടിരുന്ന ഭീകരമായ ലൈംഗിക അക്രമങ്ങൾക്കെതിരെ പ്രതികരിക്കാൻ അവർക്ക് ശക്തി ലഭിച്ചു.

ത്രിപുരയിൽ ദശരഥ് ദേബ് ബർമയുടെ നേതൃത്വത്തിൽ കമ്യൂണിസ്റ്റ് പാർട്ടി ആയിരുന്നു ഏറ്റവുമധികം ചൂഷണം ചെയ്യപ്പെട്ടിരുന്ന ഗോത്ര ജനസമൂഹങ്ങൾക്കിടയിൽ, പ്രത്യേകിച്ചും ഗോത്ര വർഗ്ഗക്കാരായ സ്ത്രീകൾക്കിടയിൽ സാക്ഷരതയും സാമൂഹിക അവബോധവും കൊണ്ടുവന്നത്. ഫ്യൂഡൽ 'തിത്തൂൺ' നിർബ്ബന്ധ പിരിവ് നടത്തുന്നതിനെതിരെ വലിയൊരു മുന്നേറ്റത്തിനാണ് ഇത് ഇടയാക്കിയത്. മൂന്ന് ആദിവാസി സ്ത്രീകൾ ഈ പോരാട്ടത്തിൽ രക്തസാക്ഷികളായി.

'വർഗ്ഗത്തിനുള്ളിൽ'

സ്ത്രീ – പുരുഷന്മാർ തമ്മിൽ 'വർഗ്ഗത്തിനുള്ളിലുള്ള' അസമമായ ബന്ധങ്ങളെക്കുറിച്ച് സ്ത്രീകൾതന്നെ വെല്ലുവിളികൾ ഉയർത്തി. കർഷക ജനതയുടെ തെലങ്കാന സായുധസമരത്തിൽ പങ്കാളികളായവരുടെ കൃതികൾ ഇത്തരം നിരവധി വിഷയങ്ങൾ ഉന്നയിക്കുകയുണ്ടായി. കുടുംബങ്ങൾക്കുള്ളിൽ നിലനിന്നിരുന്ന സമവാക്യങ്ങളെ സ്ത്രീകൾ ചോദ്യം ചെയ്തു; തങ്ങളുടെ പങ്കാളികൾ സമരത്തെ പിന്താങ്ങാത്തതുമൂലം പലപ്പോഴും മാതാപിതാക്കൾ ഏർപ്പാടാക്കിയ (അറേഞ്ച്ഡ്) വിവാഹബന്ധങ്ങൾ അവസാനിപ്പിക്കുന്നതിന് സ്ത്രീകൾ തീരുമാനിക്കുകയുണ്ടായി. പി സുന്ദരയ്യ തന്റെ കൃതികളിൽ ഇത്തരം ഒട്ടേറെ ഉദാഹരണങ്ങൾ ചൂണ്ടിക്കാണിച്ചിട്ടുണ്ട്. സമരത്തിലെ സജീവ പങ്കാളിയായിരുന്ന മല്ലു സ്വരാജ്യം, പാർട്ടി എങ്ങനെയാണ് സ്ത്രീകളെ തുറന്നു സംസാരിക്കാൻ പ്രോത്സാഹിപ്പിച്ചത് എന്ന് വിശദീകരിക്കുന്നുണ്ട്. പ്രസ്ഥാനത്തിലെ പുരുഷന്മാർ, ഉന്നയിക്കപ്പെട്ട പ്രശ്നങ്ങളോട് വലിയ താല്പര്യം പ്രകടിപ്പിച്ചില്ലെങ്കിലും സ്ത്രീകൾ പ്രശ്നങ്ങൾ ഉന്നയിച്ചിരുന്നു; രണ്ടുപേരും പ്രസ്ഥാനത്തിൽ സജീവ പങ്കാളികളാണെങ്കിൽ വീട്ടുജോലികൾ കൂട്ടായി ചെയ്യുന്നതിനെക്കുറിച്ചും സംസാരിച്ചിരുന്നു. അങ്ങനെ പാർട്ടിയുടെ സഹായത്തോടെ കമ്യൂണിസ്റ്റുകാരായ സ്ത്രീകൾ വിവിധ തലങ്ങളിൽ സ്ത്രീകളുടെ തുല്യതയ്ക്കായുള്ള പ്രസ്ഥാനത്തെ മുന്നോട്ടുകൊണ്ടുപോയി. സ്ത്രീകളും പുരുഷന്മാരും ഒരേപോലെ പ്രസ്ഥാനത്തിനുള്ളിൽനിന്ന് മാർഗ്ഗദർശകപരമായ പങ്കുവഹിച്ച സംയുക്തപ്രസ്ഥാനങ്ങളുമായി മുന്നോട്ടുപോയി.

വർഗ്ഗസമരം അതിൽ പങ്കെടുക്കുന്ന സ്ത്രീകളുടെ ബോധത്തെ പരിവർത്തനപ്പെടുത്തുമ്പോൾത്തന്നെ പ്രസ്ഥാനത്തിനുള്ളിലെ ലിംഗാധിഷ്ഠിത വിവേചനത്തിന്റെ എല്ലാ വശങ്ങളോടും പൊരുതുകയെന്ന പ്രധാനപ്പെട്ട ഒരു കാര്യം അതിൽ ഉൾപ്പെടുത്തിക്കൊണ്ട് സമരത്തിന്റെ സ്വഭാവത്തെതന്നെ തുല്യനിലയിൽ വിപുലപ്പെടുത്തുന്നു. ഇത് വർഗ്ഗസമരത്തെ ശക്തിപ്പെടുത്തുന്നു. നിരവധി ദശകങ്ങൾക്കുശേഷം, ട്രേഡ് യൂണിയൻ പ്രസ്ഥാനത്തിനുള്ളിൽ തൊഴിലെടുക്കുന്ന സ്ത്രീകൾക്ക് പ്രത്യേക കമ്മിറ്റികളും വേദികളും കെട്ടിപ്പടുക്കുന്നതിനു മുൻകൈയെടുത്ത ബി ടി രണദിവെ, ആദ്യഘട്ടത്തിൽ ഈ നടപടിക്കെതിരെ വലിയ തോതിലുള്ള ചെറുത്തുനില്പ് നേരിട്ടപ്പോൾ പറഞ്ഞ പ്രസിദ്ധമായ ഒരു കാര്യമുണ്ട്. ''ലോകമാകെയുള്ള തൊഴിലാളികളെ ഒന്നിക്കുവിൻ എന്ന് മാർക്സ് പറഞ്ഞപ്പോൾ അദ്ദേഹം പുരുഷന്മാരായ തൊഴിലാളികളെക്കുറിച്ചു മാത്രമല്ല പറഞ്ഞത്.'' മറ്റു വാക്കുകളിൽ പറഞ്ഞാൽ, മുതലാളിത്തം നടത്തുന്ന ലിംഗാധിഷ്ഠിത വർഗ്ഗ ചൂഷണത്തിനെതിരെയും വർഗ്ഗസമരം നടത്തേണ്ടതുണ്ട്.

സ്ത്രീകളുടെ വിമോചനവുമായി നൈസർഗ്ഗികമായി ബന്ധപ്പെട്ടു കിടക്കുന്ന ജാതിക്കെതിരായ പോരാട്ടം

ആദ്യകാല കമ്യൂണിസ്റ്റുകാരുടെ പ്രവർത്തനത്തിലേറെയും സാമൂഹിക പരിഷ്കരണത്തിനും ദളിതരുടെ മോചനത്തിനും വേണ്ടിയുള്ള ജാതി വിരുദ്ധ പോരാട്ടങ്ങളുടെ രംഗത്തായിരുന്നു. ഏറ്റവുമധികം അടിച്ചമർത്തപ്പെട്ടിരുന്ന ജാതികളിലെ സ്ത്രീകൾക്കുമേൽ ഇത് വലിയ സ്വാധീനമുണ്ടാക്കിയിരുന്നു. അതേസമയം തന്നെ മേൽജാതിക്കാർക്കിടയിലെ സ്ത്രീകളുടെ നിന്ദിതമായ പദവിയുടെ പ്രശ്നവും കൈകാര്യം ചെയ്യപ്പെടുകയുണ്ടായി; കേരളത്തിലെ നമ്പൂതിരിമാർക്കിടയിൽ ഇ എം എസ് നയിച്ചതുപോലെയുള്ള ഇത്തരം പ്രസ്ഥാനങ്ങളും ഈടുറ്റ സ്വാധീനം ചെലുത്തിയിരുന്നു.

അതിനാൽ ഹിന്ദു കോഡ് പരിഷ്കരണ ബില്ലിന്റെ കാലത്തെ സംവാദങ്ങളിലും സമരങ്ങളിലും പരിഷ്കരണത്തിനു പിന്തുണ നല്കുന്നതിനായുള്ള സമരങ്ങളുടെ മുൻനിരയിൽ കമ്യൂണിസ്റ്റുകാരായ സ്ത്രീകളുണ്ടായിരുന്നത് യുക്തിസഹമായ ഒരു വികാസപരിണാമമായിരുന്നു. ഹിന്ദു കോഡ് ബില്ലിനായുള്ള പോരാട്ടം കമ്യൂണിസ്റ്റുകാരായ സ്ത്രീകൾ നയിച്ച പ്രസ്ഥാനങ്ങളെ സംബന്ധിച്ചിടത്തോളം ജാതി വ്യവസ്ഥയ്ക്കെതിരായ പോരാട്ടവുമായി കെട്ടുപിണഞ്ഞതായി മാറി. 1940 കളിലും 1950 കൾ വരെയും ഹിന്ദു നിയമങ്ങൾ പരിഷ്കരിക്കണമെന്ന പ്രശ്നത്തിൽ സ്ത്രീകളുടെ വമ്പിച്ച സമരങ്ങൾ ഉയർന്നുവന്നിരുന്നു.

ആദ്യകാല കമ്യൂണിസ്റ്റുകാർ നടത്തിയ ജാതീയമായ അടിച്ചമർത്തലിനെതിരായ പോരാട്ടത്തിനൊപ്പം പ്രത്യേകിച്ചും വ്യവസ്ഥിതിയിൽ ഉൾച്ചേർക്കപ്പെട്ടിരുന്ന ജനനത്തെ അടിസ്ഥാനമാക്കിയുള്ള ജാതീയമായ അസമത്വം, വർഗ്ഗചൂഷണം, ലിംഗപരമായ അടിച്ചമർത്തൽ തുടങ്ങിയ സാമൂഹിക പ്രതിബന്ധങ്ങൾ അനുഭവിച്ചിരുന്ന ദളിത് സ്ത്രീകളുടെ പോരാട്ടവും വിട്ടുവീഴ്ചയില്ലാതെ തുടർച്ചയായി കമ്യൂണിസ്റ്റുകാരായ സ്ത്രീകൾ സംഘടിപ്പിച്ചിരുന്നു. ജാതിക്കെതിരായ കമ്യൂണിസ്റ്റുകാരുടെ ധാരണയും പ്രവർത്തനവും എത്രമാത്രം പ്രസക്തമായിരുന്നെന്നും ഇപ്പോഴും പ്രസക്തമാണെന്നുമുള്ളതിന്റെ ഒരുദാഹരണമാണ് ഹാഥ്രസ് സംഭവം.

സ്ത്രീ സമൂഹത്തിനിടയിലെ കമ്യൂണിസ്റ്റ് പ്രവർത്തനം

ആദ്യകാലങ്ങളിൽ കമ്യൂണിസ്റ്റുകാരായ സ്ത്രീകൾ കോൺഗ്രസുകാരായ സ്ത്രീകൾ ഉൾപ്പെടെയുള്ള എ ഐ ഡബ്ല്യു സിയെ പോലെയുള്ള സ്ത്രീകളുടെ സംയുക്ത സംഘടനകളിലായിരുന്നു പ്രവർത്തിച്ചിരുന്നത്. ബ്രിട്ടീഷ് വാഴ്ചയ്ക്കെതിരെ എല്ലാ വിഭാഗം സ്ത്രീകളെയും ഒരുമിച്ച് അണിനിരത്തുക എന്ന ലക്ഷ്യമായിരുന്നു അതിനുണ്ടായിരുന്നത്. എന്നാൽ അവർ ഊന്നൽ നല്കിയിരുന്നത് ദരിദ്രരായ സ്ത്രീകളുടെയാകെ അടുത്ത് എത്തിച്ചേരുന്നതിനും വിശാലമായ പ്രസ്ഥാനത്തിന്റെ ഭാഗ

മായി ദരിദ്രരുടെ ആവശ്യങ്ങൾ ഉന്നയിക്കുന്നതിനുമായിരുന്നു. ജാതിക്കെതിരെയും മതനിരപേക്ഷ മൂല്യങ്ങൾക്കും വേണ്ടിയുമുള്ള വിട്ടുവീഴ്ചയില്ലാത്ത പോരാട്ടം ഈ സംഘാടനത്തെ സ്വാധീനിച്ചിരുന്നു. പെട്ടെന്നുതന്നെ ഇടതുപക്ഷ ആഭിമുഖ്യമുള്ള ഒരു വനിതാ സംഘടനയ്ക്ക് രൂപം നല്കേണ്ടത് ആവശ്യമായി മാറി. അതേസമയം 1936 ൽ രൂപീകരിക്കപ്പെട്ട വിപുലമായ വിദ്യാർത്ഥി സംഘടനയായ എ ഐ എസ് എഫിനുള്ളിൽ കമ്യൂണിസ്റ്റ് ചിന്താഗതിക്കാരായ വിദ്യാർത്ഥികൾ മുൻകൈയെടുത്ത് പ്രധാനപ്പെട്ട ഒരു നീക്കം നടന്നു. വിദ്യാർത്ഥി സംഘടന രൂപീകരിച്ച് മൂന്നു വർഷത്തിനുശേഷം 1939 ൽ വിദ്യാർത്ഥിനികളെ നല്ല നിലയിൽ സംഘടിപ്പിക്കുന്നതിനായി ഒരു വിദ്യാർത്ഥിനി സമിതി രൂപീകരിക്കപ്പെട്ടു; അതിന്റെ ആദ്യ കൺവീനർമാരിലൊരാൾ കനക് മുഖർജി ആയിരുന്നു; ചിറ്റഗോങ് ആയുധപ്പുര ആക്രമണത്തിലെ ധീരനായിക കല്പന ദത്തും അതിൽ ഉൾപ്പെട്ടിരുന്നു. 1940 കളിൽ കേരളം, തമിഴ്നാട്, പഞ്ചാബ്, ആന്ധ്രപ്രദേശ് എന്നിങ്ങനെ വിവിധ സംസ്ഥാനങ്ങളിൽ കമ്യൂണിസ്റ്റുകാരായ സ്ത്രീകൾ മഹിളാസമിതികൾ രൂപീകരിക്കാൻ മുൻകൈയെടുത്തു. ഇതിൽ ശ്രദ്ധേയമായിരുന്നത് 1942 ൽ ബംഗാളിലെ കമ്യൂണിസ്റ്റുകാരായ സ്ത്രീകൾ മുൻകൈയെടുത്ത് രൂപീകരിച്ച മഹിളാ ആത്മരക്ഷാ സമിതി ആയിരുന്നു; ബംഗാളിൽ അക്കാലത്ത് പടർന്നുപിടിച്ച ഭീകരമായ ക്ഷാമത്തിന്റെ പശ്ചാത്തലത്തിൽ ദരിദ്രരായ സ്ത്രീകൾക്കിടയിൽ പ്രവർത്തിക്കുന്നതിനായിരുന്നു അത് പ്രധാനമായും കേന്ദ്രീകരിച്ചത്. രേണു ചക്രവർത്തിയുടെ പ്രധാനപ്പെട്ടതും മൗലികവുമായ *Communists in Indian Women's Movements* - *(ഇന്ത്യൻ വനിതാ പ്രസ്ഥാനങ്ങളിൽ കമ്യൂണിസ്റ്റുകാർ)* എന്ന കൃതിയിൽ ഈ ആദ്യ പഥികരുടെ പ്രവർത്തനം വിശദീകരിക്കുന്നു.

സംസ്ഥാനാടിസ്ഥാനത്തിലുണ്ടായിരുന്ന മഹിളാ സമിതികൾ 1954 ൽ നാഷണൽ ഫെഡറേഷൻ ഓഫ് ഇന്ത്യൻ വിമെൻ (NFIW) രൂപീകരിക്കാനായി ഒന്നിച്ചുചേർന്നു; ഇതിൽ കമ്യൂണിസ്റ്റുകാരായ സ്ത്രീകൾ മറ്റുള്ളവർക്കൊപ്പം പ്രവർത്തിച്ചു. സ്വാതന്ത്ര്യസമരത്തിന്റെ പാരമ്പര്യം ഉൾക്കൊണ്ട് മുന്നോട്ടുപോകാനായി എൻ എഫ് ഐ ഡബ്ല്യുയിലെ പല സംസ്ഥാന ഘടകങ്ങളോ അവയിലെ ചില വിഭാഗങ്ങളോ എൻ എഫ് ഐ ഡബ്ല്യുയിൽനിന്ന് വേറിട്ട് തനതായി പ്രവർത്തനം ആരംഭിച്ചു. പിന്നീട് 1981ൽ അഖിലേന്ത്യാ ജനാധിപത്യ മഹിളാ അസോസിയേഷൻ (AIDWA) രൂപീകരിക്കുന്നതിന് ഈ ഘടകങ്ങൾ ഒന്നിച്ചുചേർന്നു; ഇത് ഒരു കോടിയിലേറെ സ്ത്രീകളുടെ മെമ്പർഷിപ്പുള്ള ഇന്ത്യയിലെ ഏറ്റവും വലിയ വനിതാ സംഘടനയായി ഉയർന്നുവന്നു. എന്നാൽ ഈ സംഘടനയിൽ കമ്യൂണിസ്റ്റുകാരായ സ്ത്രീകൾ പ്രവർത്തിക്കുന്നുണ്ടെങ്കിലും ഇതിനെ കമ്യൂണിസ്റ്റു വനിതകളുടെ സംഘടനയായി വിശേഷിപ്പിക്കാനാവില്ല. സ്ത്രീകളുടെ മോചനത്തെക്കുറിച്ച് ഈ സംഘടനയ്ക്ക് ഒരു രാഷ്ട്രീയസമീപനം ഉണ്ടെങ്കിലും ഇത് പലപ്പോഴും പലരും കരുതുന്ന

തുപോലെ ഒരു കമ്യൂണിസ്റ്റു സംഘടനയോ കമ്യൂണിസ്റ്റുകാരുടെ ഒരു 'മുന്നണി'യോ അല്ല. ഏതൊരു രാഷ്ട്രീയപ്പാർട്ടിയിൽനിന്നും സ്വതന്ത്രമായ അജണ്ടയും സ്വന്തമായ ഭരണഘടനയും ഉള്ളതാണിത് എന്നു മാത്രമല്ല, ഇതിലെ അംഗങ്ങളിൽ മഹാഭൂരിപക്ഷത്തിനും ആ ഒരു പാർട്ടി ബന്ധവും ഇല്ല.

സി പി ഐ (എം)ന്റെ പങ്ക്

സ്ത്രീകളുടെ മോചനത്തിനായുള്ള പോരാട്ടത്തെ മുന്നോട്ടുകൊണ്ടുപോകുന്നതിൽ കമ്യൂണിസ്റ്റുകാരുടെ പങ്കിന് 1964 ൽ സി പി ഐ (എം) രൂപീകരിച്ചതോടെ വലിയൊരു പ്രോത്സാഹനം ലഭിച്ചു. കമ്യൂണിസ്റ്റു പാർട്ടിക്ക് ആദ്യകാലത്തുണ്ടായിരുന്ന പങ്ക് മുന്നോട്ടു കൊണ്ടുപോകുന്നതിന് ജനകീയ ജനാധിപത്യ വിപ്ലവത്തിനായുള്ള സി പി ഐ (എം) ന്റെ 1964 ലെ പരിപാടിയിലും പിന്നീട് 2000 ത്തിൽ പാർട്ടി പരിപാടി കാലോചിതമാക്കിയപ്പോഴും സ്ത്രീകളുടെ മോചനത്തിനായുള്ള വർഗ്ഗാധിഷ്ഠിത സമീപനത്തിന് പ്രത്യയശാസ്ത്രപരമായ വ്യക്തത വരുത്തുകയുണ്ടായി.

2000 ത്തിൽ കാലോചിതമാക്കപ്പെട്ട പാർട്ടി പരിപാടിയിൽ ജനകീയ ജനാധിപത്യ പരിപാടിയെ സംബന്ധിച്ച ഭാഗത്ത്, ''ശിശു സംരക്ഷണത്തിലും വീട്ടുജോലികളിലും അനുയോജ്യമായ പിന്തുണ നല്കുന്നതിനുള്ള സംവിധാനം കുടുംബഘടനയെ ജനാധിപത്യവല്ക്കരിക്കുന്നതിനുള്ള ഊന്നലിന്റെ ഭാഗമായിരിക്കും" എന്ന ശ്രദ്ധേയമായ ഒരു കൂട്ടിച്ചേർക്കൽ വരുത്തുകയുണ്ടായി. അങ്ങനെ ലിംഗപരമായ തൊഴിൽ വിഭജനത്തിനെതിരായ പ്രധാനപ്പെട്ട ഒരു മാർക്സിസ്റ്റ് നിലപാടും കുടുംബത്തിന്റെ ''പരമപവിത്രമായ'' മണ്ഡലത്തിലേക്ക് ജനാധിപത്യത്തെ വികസിപ്പിക്കേണ്ടതിന്റെ ആവശ്യകതയും പരിപാടിയിൽ കൊണ്ടുവന്നു. കാർഷിക വിപ്ലവത്തിന്റെ ഭാഗമായി ജാതീയവും ലിംഗപരവുമായ അടിച്ചമർത്തലിനെതിരായ പോരാട്ടത്തെക്കുറിച്ച് സവിശേഷമായ സൂചന നല്കുന്നുമുണ്ട്. പാർട്ടി പരിപാടിയിൽ ഇങ്ങനെ കുറ്റപ്പെടുത്തുന്നു: ''അഞ്ച് പതിറ്റാണ്ടുകാലത്തെ ബൂർഷ്വാ-ഭൂപ്രഭു വാഴ്ച സർവ്വമണ്ഡലങ്ങളിലും പുരുഷാധിപത്യത്തിന് ചിരപ്രതിഷ്ഠ നല്കി.'' വിവിധ തലങ്ങളിൽ സ്ത്രീകൾ നേരിടുന്ന ചൂഷണത്തെ ''സ്ത്രീകൾ, തൊഴിലാളികൾ, പൗരർ'' എന്നീ നിലകളിലുള്ള ചൂഷണം എന്ന് പാർട്ടി പരിപാടി വിശേഷിപ്പിക്കുന്നുവെന്ന പ്രത്യേകതയുമുണ്ട്.

2005 ഡിസംബറിൽ അംഗീകരിച്ച ''സ്ത്രീകളുടെ പ്രശ്നങ്ങളും കടമകളും സംബന്ധിച്ച് പാർട്ടിയുടെ കാഴ്ചപ്പാട്'' എന്ന കേന്ദ്ര കമ്മിറ്റി രേഖയിൽ ഈ ധാരണയെ കൂടുതൽ വിശദീകരിച്ചിട്ടുണ്ട്. വീട്ടുജോലികളോടുള്ള മാർക്സിസ്റ്റ് സമീപനം ഉൾപ്പെടെ 'സ്ത്രീപ്രശ്ന'ത്തോടുള്ള സമീപനത്തെക്കുറിച്ചുള്ള സി പി ഐ (എം)ന്റെ ധാരണയെക്കുറിച്ചറിയാൻ ആഗ്രഹിക്കുന്നവരെല്ലാം നിശ്ചയമായും വായിച്ചിരിക്കേണ്ട ഒന്നാണ് ഈ രേഖ.

നയപരമായ വിഷയങ്ങൾ

ഈ ചട്ടക്കൂടിനുള്ളിൽനിന്നാണ് പാർട്ടി ഇന്നത്തെ സാഹചര്യത്തിൽ നിലപാടുകൾ സ്വീകരിക്കുന്നതും സ്ത്രീകളുമായി നേരിട്ട് ബന്ധമുള്ള വിഷയങ്ങളിൽ സമരങ്ങൾ സംഘടിപ്പിക്കുന്നതും. സി പി ഐ (എം) ന്റെ രൂപീകരണത്തെ തുടർന്നുള്ള ദശകങ്ങളിൽ നടത്തിയ എല്ലാ ഇടപെടലുകളെക്കുറിച്ചും ഇവിടെ സൂചിപ്പിക്കുവാൻ സാദ്ധ്യമല്ല; പക്ഷേ, സ്ത്രീകളുടെ പദവിയുമായി ബന്ധപ്പെട്ട എല്ലാ വിഷയങ്ങളിലും കുടുംബത്തിനുള്ളിൽ ഉൾപ്പെടെ എല്ലാ മണ്ഡലങ്ങളിലും സ്ത്രീകളുടെ അവകാശങ്ങൾക്കും തുല്യതയ്ക്കും വേണ്ടിയുള്ള സമരങ്ങളിലുമെല്ലാം സി പി ഐ (എം) മുൻനിരയിൽത്തന്നെ ഉണ്ടായിരുന്നു എന്നു പറയുന്നതു തന്നെ മതിയാകും. പാർട്ടി നടത്തുന്ന നവലിബറൽ നയങ്ങൾക്കെതിരായ പോരാട്ടത്തിൽ സ്ത്രീകളുടെ സവിശേഷമായ പ്രശ്നങ്ങളും ആവശ്യങ്ങളും ഉൾപ്പെടുത്തുന്നുണ്ട്. പാർലമെന്റിലും സംസ്ഥാന നിയമസഭകളിലുമുള്ള സി പി ഐ (എം) അംഗങ്ങൾ തുല്യഅവകാശങ്ങൾ സംബന്ധിച്ച നീതിക്കുവേണ്ടിയുള്ള നിയമ നിർമ്മാണങ്ങൾ മുന്നോട്ടു കൊണ്ടുപോകുന്നതിനായുള്ള വനിതാപ്രസ്ഥാനങ്ങളുടെ കരുത്തുറ്റ സഖ്യശക്തികളാണ്. സമകാലിക ഇന്ത്യയിൽ സ്ത്രീകൾക്കുനേരെ നടക്കുന്ന അക്രമത്തിനെതിരായും യുവതികളുടെ അവകാശസംരക്ഷണത്തിനും പങ്കാളിയെ സ്വയം തെരഞ്ഞെടുക്കാനുള്ള അവകാശം എന്ന ഡിമാന്റിനും ഒരേ ലിംഗവിഭാഗത്തിൽപ്പെടുന്നവർ തമ്മിലുള്ള ബന്ധങ്ങൾ കുറ്റകരമല്ലാതാക്കണമെന്ന ആവശ്യത്തിനും ന്യൂനപക്ഷങ്ങളിൽപ്പെടുന്ന സ്ത്രീകളുടെയും അവരുടെ അവകാശങ്ങളുടെയും സംരക്ഷണവും മറ്റുമെല്ലാം ഉയർത്തിയുള്ള സമരങ്ങളിൽ മറ്റു മിക്ക പാർട്ടികളിൽനിന്നും വ്യത്യസ്തമായി സി പി ഐ (എം) സ്ത്രീകൾക്കു പിന്തുണ നല്കുന്നതിൽ സംശയാതീതമായ നിലപാടു സ്വീകരിച്ചിരുന്നു.

പശ്ചിമ ബംഗാളിലും ത്രിപുരയിലും കേരളത്തിലും സംസ്ഥാന ഗവൺമെന്റുകളെ സി പി ഐ (എം) നയിച്ചിരുന്നപ്പോഴെല്ലാം ഈ പ്രതിബദ്ധത യാഥാർത്ഥ്യമാക്കുകയും ചെയ്തിരുന്നു. രാജ്യത്തുതന്നെ അനുപമമായ സ്വയം സഹായസംഘങ്ങളുടെ കുടുംബശ്രീ പ്രസ്ഥാനം ഉൾപ്പെടെ സ്ത്രീപദവി ഉയർത്തുന്നതിനുള്ള അസംഖ്യം നയപരമായ ഇടപെടലുകളിലൂടെയും ശബരിമല പ്രശ്നത്തിലെന്നപോലെയുള്ള സാമൂഹിക പരിഷ്കാരവുമായി മുന്നോട്ടു പോകുന്നതിലൂടെയും പാർട്ടിയുടെ സ്ത്രീപക്ഷ നിലപാട് നടപ്പാക്കുന്നതിന്റെ ഇന്നത്തെ ഒരു ഉദാഹരണമാണ് കേരളത്തിലെ എൽ ഡി എഫ് ഗവൺമെന്റ്. മുൻപ് ബംഗാളിലെയും ത്രിപുരയിലെയും ഇടതുമുന്നണി ഗവൺമെന്റുകൾ വിദ്യാഭ്യാസ–ആരോഗ്യമേഖലകളിൽ നടപ്പാക്കിയ ശ്രദ്ധേയമായ പ്രവർത്തനങ്ങൾ സ്ത്രീകളുടെ ജീവിതത്തിൽ മാറ്റംവരുത്തി. പ്രത്യേകിച്ച് ബംഗാളിലെ ഭൂപരിഷ്കരണ പ്രസ്ഥാനവും സ്ത്രീകളുടെയും പുരുഷന്മാരുടെയും പേരിൽ സംയുക്ത

പട്ടയം നല്കിയതും അവിവാഹിതകളായ സ്ത്രീകൾക്ക് പട്ടയം നല്കിയതും സ്വത്തുനിയമങ്ങളിൽ മാറ്റം വരുത്തുന്നതിനും വളരെ മുൻപേ ഭൂമിയിൽ സ്ത്രീകൾക്ക് തുല്യ അവകാശം നല്കുന്നതിനുള്ള ആദ്യചുവടുവയ്പായിരുന്നു. സമാനമായ ഒന്നാണ്, പാർലമെന്റിൽ സ്ത്രീകൾക്ക് മൂന്നിലൊന്ന് സംവരണത്തിനായുള്ള ഇപ്പോഴത്തെ പ്രസ്ഥാനത്തിനും ദശകങ്ങൾക്ക് മുൻപ് ബംഗാളിലെ വികേന്ദ്രീകൃത പഞ്ചായത്ത് സംവിധാനത്തിൽ സ്ത്രീകൾക്ക് മൂന്നിലൊന്ന് സംവരണം നടപ്പാക്കിയതിലൂടെ പാർട്ടി തീരുമാനമെടുക്കുന്ന വേദികളിൽ ഗ്രാമീണ ബംഗാളിലെ ദരിദ്രരായ സ്ത്രീകൾക്ക് പ്രാതിനിദ്ധ്യം ഉറപ്പാക്കുന്ന പ്രസ്ഥാനങ്ങൾക്ക് പാർട്ടി നേതൃത്വം നല്കിയത്.

കമ്യൂണിസ്റ്റുകാരായ സ്ത്രീകളുടെ ത്യാഗങ്ങൾ

കമ്യൂണിസ്റ്റു പ്രസ്ഥാനത്തിന്റെ വളർച്ചയിൽ കമ്യൂണിസ്റ്റുകാരായ സ്ത്രീകൾ പുരുഷന്മാരായ തങ്ങളുടെ സഖാക്കളോട് തോളോടുതോൾ ചേർന്നു നടത്തിയ അളവറ്റ പ്രവർത്തനങ്ങളും ത്യാഗങ്ങളും കാണാവുന്നതാണ് – പ്രത്യേകിച്ചും ഭരണവർഗ്ഗങ്ങളിൽനിന്ന് ബംഗാളിലും ത്രിപുരയിലും മറ്റും രൂക്ഷമായ ആക്രമണവും അടിച്ചമർത്തലുകളും നേരിട്ടപ്പോൾ. പാർട്ടി രൂപീകരണത്തിന്റെ 100–ാം വാർഷികാഘോഷവേളയിൽ നാം നമ്മുടെ രക്തസാക്ഷികളെ സ്മരിക്കുമ്പോഴും അഭിവാദ്യം ചെയ്യുമ്പോഴും അസംഖ്യം രക്തസാക്ഷികളുടെ കൂട്ടത്തിൽ ചെങ്കൊടിക്കുവേണ്ടിയും സാമൂഹിക–സാമ്പത്തികമോചനത്തിനായും സോഷ്യലിസം എന്ന ലക്ഷ്യത്തിനായുള്ള സമരങ്ങളിലും തങ്ങളുടെ വിലപ്പെട്ട ജീവൻ ത്യജിച്ച ധീരരായ വനിതാരക്തസാക്ഷികളെയും നാം ഓർമ്മിക്കുന്നു.

മാർക്സിസ്റ്റ് വൈജ്ഞാനികതയും പ്രയോഗ പദ്ധതികളും

എം എ ബേബി

മാർക്സിസം സംബന്ധിച്ച സിദ്ധാന്തങ്ങൾ രൂപവല്ക്കരിച്ചത് കാൾ മാർക്സും (1818–1883) ഫ്രെഡറിക് എംഗൽസും (1820–1895) ചേർന്നാണ്. എങ്കിലും അവർക്കു മുമ്പ് ജീവിക്കുകയും ചിന്തിക്കുകയും ചെയ്തവർ വളർത്തിയെടുത്ത ഒട്ടേറെ ആശയങ്ങൾ ഉദ്ഗ്രഥിച്ചും ചിലതുപേക്ഷിച്ചും പലതും ഉൾച്ചേർത്തുമാണ് അതവർ ആവിഷ്കരിച്ചത്. അതിന്റെ പ്രയോഗത്തിലൂടെ അവരുടെ ജീവിതകാലത്തുതന്നെ പുതിയ അനുഭവപാഠങ്ങൾ രൂപപ്പെട്ടു. 1848 ലെ *കമ്യൂണിസ്റ്റു മാനിഫെസ്റ്റോ*, *1864 ലെ ഒന്നാം ഇന്റർനാഷണലിന്റെ ഉദ്ഘാടന വിജ്ഞാപനം*, 1867 ലെ *മൂലധനം* ഒന്നാം വാല്യം, *അർത്ഥശാസ്ത്രനിരൂപണത്തിനൊരു മുഖവുര* തുടങ്ങിയ രചനകളിൽ സാമൂഹ്യമാറ്റത്തെ സംബന്ധിച്ച കാഴ്ചപ്പാട് മാർക്സും എംഗൽസും ചേർന്ന് അവതരിപ്പിച്ചു. ഇതുതന്നെ മറ്റനേകം കൃതികളിലും വ്യാപിച്ചുകിടക്കുന്നു. അവരിരുവർക്കും ശേഷം അന്തോണിയോ ഗ്രാംഷിയും റോസാലക്സംബർഗും വിജയകരമായ വിപ്ലവങ്ങൾ നയിച്ച ലെനിൻ, മാവോ, ഹോച്ചിമിൻ, ഫിദെൽ കാസ്ട്രോ, ചെഗുവേര തുടങ്ങിയവരും വിപ്ലവ പ്രയോഗത്തിനും സിദ്ധാന്തത്തിനും സംഭാവനകൾ നല്കി. പാരീസ് കമ്യൂണിന്റെ പാഠങ്ങളും വിലപ്പെട്ടതാണ്.

എന്താണിതിന്റെ സാരാംശം?

മനുഷ്യരാശിയുടെ ചരിത്രം വെളിവായിടത്തോളം നാലു വ്യത്യസ്ത സാമ്പത്തിക–സാമൂഹിക വ്യവസ്ഥകളിലൂടെ പരിണമിച്ചു: പ്രാചീന (കമ്യൂണിസ്റ്റ്) സമൂഹം, അടിമത്തം, ഭൂപ്രഭുത്വം, മുതലാളിത്തം. ചരിത്രപൂർവ്വ കാലഘട്ടമെന്നുകൂടി വിളിക്കാവുന്ന ആദിമസമൂഹം സ്വകാര്യസ്വത്തോ വർഗ്ഗചൂഷണമോ ഇല്ലാതിരുന്ന കൂട്ടുജീവിതമായിരുന്നു. അർദ്ധ കാട്ടുജീവി

തമെന്നും പറയാം. ജീവിതം പ്രയാസവും അരക്ഷിതത്തവും നിറഞ്ഞതായിരുന്നു. പ്രകൃതിയിലുള്ളത് പെറുക്കിത്തിന്നും വേട്ടയാടിയും ജീവിച്ചു. പക്ഷേ, ആദിമമനുഷ്യർ പരസ്പരം ചൂഷണം ചെയ്തിരുന്നില്ല. ഭരണാധികാരിയും ഉണ്ടായിരുന്നില്ല–പ്രാകൃത കമ്യൂണിസം! പിന്നീടുണ്ടായ അടിമത്തം, ഫ്യൂഡലിസം, മുതലാളിത്തം എന്നീ കാലഘട്ടങ്ങളിൽ വ്യത്യസ്ത ചൂഷണരീതികളും ഭരണാധികാരികളുടെ അടിച്ചമർത്തലുമുണ്ടായി. ആധിപത്യത്തിനെതിരെ കലാപങ്ങളും നടന്നു; അടിമത്ത കാലത്തെ സ്പാർട്ടക്കസിന്റെ സമരം ഉദാഹരണം.

മുതലാളിത്ത വ്യവസ്ഥയ്ക്കു കീഴിൽ കണ്ണഞ്ചിക്കുന്ന ഉല്പാദന വർദ്ധനവും ശാസ്ത്ര സാങ്കേതിക വിദ്യകളുടെ വികാസവും മറ്റും രൂപപ്പെടുന്നു. എന്നാൽ മഹാഭൂരിപക്ഷം പണിയാളർ ചൂഷണം ചെയ്യപ്പെടുന്നു. സമ്പത്തിന്റെ വലിയൊരുഭാഗം ഒരുപിടി ചൂഷകരുടെ പക്കൽ അമരുന്നു. കോവിഡ് –19ന്റെ കാലം അടച്ചുപൂട്ടലും ദുരിതവും മരണവും ആത്മഹത്യയുമാണ് തൊഴിലാളികൾ, കൃഷിക്കാർ, തൊഴിൽരഹിതർ, ദളിതർ, ആദിവാസികൾ എന്നീ വിഭാഗങ്ങൾക്ക് നല്കിയത് എന്നു നമുക്കറിയാം. ഇതേകാലത്ത് മുകേഷ് അംബാനിയുടെയും അദാനിയുടെയും മറ്റും സമ്പത്ത് പതിനായിരക്കണക്കിന് കോടി വർദ്ധിക്കുകയാണുണ്ടായത് എന്നും നമ്മൾ കണ്ടു. ഈ പശ്ചാത്തലത്തിൽ മാർക്സിസത്തിന്റെ അടിസ്ഥാന കണ്ടുപിടുത്തങ്ങൾ എന്തൊക്കെയെന്ന് ചുരുക്കത്തിൽ നോക്കാം.

1) മനുഷ്യസമൂഹ ചരിത്രത്തിന്റെ ഗതി വികാസഘട്ടങ്ങൾ.

2) ചൂഷക മുതലാളിത്ത വ്യവസ്ഥയുടെ ചലന നിയമങ്ങൾ.

3) മുതലാളിത്തവ്യവസ്ഥയുടെ തകർച്ച താമസിപ്പിക്കാനായാലും തടയാൻ സാദ്ധ്യമല്ല; വ്യവസ്ഥകളുടെ മാറ്റം അനിവാര്യം.

4) അദ്ധ്വാനിക്കുന്നവർ സംഘടിച്ച് പൊരുതി, വർഗ്ഗസമരത്തിലൂടെ സമത്വപൂർണ്ണമായ പുതിയ സാമ്പത്തിക സാമൂഹിക വ്യവസ്ഥ സ്ഥാപിക്കും.

5) മുതലാളിത്തം ഏറ്റവുമധികം വികസിച്ച രാജ്യങ്ങളാണ് അടിസ്ഥാനപരമായ വിപ്ലവമാറ്റത്തിന് ആദ്യം നേതൃത്വം നല്കുക.

6) സാമൂഹ്യ–സാമ്പത്തിക വ്യവസ്ഥ അഴിച്ചുപണിയുമ്പോൾ ആദ്യഘട്ടം സോഷ്യലിസവും അതിന്റെ വളർച്ചയുടെയും വ്യാപനത്തിന്റെയും ഭാഗമായി പിന്നീട് കമ്യൂണിസവും നിലവിൽവരും. പരിവർത്തനഘട്ടത്തിൽ ബഹുഭൂരിപക്ഷത്തിന്റെ ജനാധിപത്യവാഴ്ചയുടെ ഭാഗമായി തൊഴിലാളിവർഗ്ഗ സർവ്വാധിപത്യമാവും ഭരണസംവിധാനം.

7) സോഷ്യലിസത്തിൽ അദ്ധ്വാനിക്കാൻ ശേഷിയുള്ളവരെല്ലാം പണിയെടുക്കുകയും അതിനനുസരിച്ച് പ്രതിഫലം ലഭിക്കുകയും ചെയ്യും. തൊഴിലാളിവർഗ്ഗ ഭരണകൂടം ചൂഷകവർഗ്ഗത്തിന് പ്രതിവിപ്ലവ പ്രവർത്തനങ്ങൾക്ക് അവസരം നല്കുകയില്ല എന്ന അർത്ഥത്തിലാണ് തൊഴിലാളി വർഗ്ഗ ഭരണ സംവിധാനത്തിന് സമ്പൂർണ്ണാധികാരമുണ്ടാവുന്നത്.

8) കമ്യൂണിസ്റ്റു സമുദായത്തിൽ സർവ്വരും കഴിവിനനുസരിച്ച് അദ്ധ്വാനിച്ചാൽ, എല്ലാവർക്കും ആവശ്യാനുസരണം എല്ലാം ലഭിക്കുന്നതിനു

സാദ്ധ്യത വളർന്നിരിക്കും. അതിനാൽത്തന്നെ ആ ഘട്ടത്തിൽ ഭരണകൂടം കൊഴിഞ്ഞില്ലാതാകും.

ജോലിസമയം കഴിഞ്ഞ് കവിത കേൾക്കാനും സംഗീതം ആസ്വദിക്കാനും പ്രകൃതിഭംഗി ആസ്വദിക്കാനും കലാസാഹിത്യ പ്രവർത്തനങ്ങളിൽ ഏർപ്പെടാനും സാഹചര്യമുണ്ടാവും. മാത്രമല്ല; വിനോദത്തിനും അതിനായി ചൂണ്ടയിട്ടു മീൻകിട്ടിയില്ലെങ്കിലും അതിൽ നിരാശപ്പെടാതെ മത്സ്യത്തിന്റെ കൗശലത്തെ അഭിനന്ദിക്കാനും വേണമെങ്കിൽ കഴിയും. അതിനൊക്കെ മനുഷ്യർക്കാവുന്ന സ്വാതന്ത്ര്യത്തിന്റെ നവലോകം സാദ്ധ്യമാകും. അതീവ മനോഹരമായ ഈ സങ്കല്പനങ്ങൾ ഭാഗികമായി ലോകത്ത് പരീക്ഷിക്കപ്പെട്ടു. 1871 ലെ പാരീസ് കമ്യൂൺ മുതൽ യു എസ് എസ് ആറും കിഴക്കൻ യൂറോപ്യൻ പരീക്ഷണങ്ങളും അഭിമാനകരമായ മുന്നേറ്റങ്ങൾക്കുശേഷം ശിഥിലമായി. താല്ക്കാലികമായ ചില തിരിച്ചടികളെന്നനിലയിൽ സുദീർഘമായ മനുഷ്യരാശിയുടെ വികാസ പരിണാമചരിത്രത്തിൽ അവ അടയാളപ്പെട്ടിരിക്കുന്നു. ഇന്ന് തിരിഞ്ഞുനോക്കുമ്പോൾ അവയെ എങ്ങനെ വിലയിരുത്താം?

എ) മാർക്സിസ്റ്റുകൾ പ്രവചിച്ചപോലെ ഏറ്റവും അധികം മുതലാളിത്തം വികസിച്ച യൂറോപ്യൻ രാജ്യങ്ങളിൽ മിക്കവയിലും അടിസ്ഥാന സാമ്പത്തിക സാമൂഹികമാറ്റം ഉണ്ടായില്ല. ഇതെന്തുകൊണ്ട് എന്നും സൂക്ഷ്മമായി വിലയിരുത്തേണ്ടതുണ്ട്.

ബി) ഇടത്തരം മുതലാളിത്ത വളർച്ചയുണ്ടായ റഷ്യ, (പിന്നീട് സോവിയറ്റ് യൂണിയൻ എന്നു വികസിച്ചു). ബൾഗേറിയ, ചെക്കോസ്ലോവാക്യ, ഹങ്കറി, റുമേനിയ, പോളണ്ട്, അൽബേനിയ, ജർമ്മൻ ജനാധിപത്യ റിപ്പബ്ലിക് എന്നിവിടങ്ങളിൽ നടന്ന സോഷ്യലിസ്റ്റ് നിർമ്മാണശ്രമങ്ങൾ ശ്രദ്ധേയമായ ഒട്ടേറെ നേട്ടങ്ങൾ കൈവരിച്ചെങ്കിലും പിന്നീട് പല കാരണങ്ങളാൽ ആന്തരിക പാളിച്ചകളും ബാഹ്യ ഇടപെടലുകളും മൂലം അസ്ഥിരീകരിക്കപ്പെട്ടു.

സി) സാമ്രാജ്യത്വത്തിന്റെ കുത്തിത്തിരിപ്പുകൾ എത്രമാത്രം പങ്കുവഹിച്ചിട്ടുണ്ടെന്നു ചൂണ്ടിക്കാട്ടുമ്പോഴും, അവിടങ്ങളിലുണ്ടായ ആന്തരികമായ ജീർണ്ണതയോ വൈകല്യങ്ങളോ കൂടിച്ചേർന്നില്ലയെങ്കിൽ ഇത്തരത്തിലുള്ള തകർച്ച സംഭവിക്കുമായിരുന്നില്ല എന്നതിൽ സംശയമില്ല. 1992 ൽ മദിരാശിയിൽ ചേർന്ന സി പി ഐ (എം) അഖിലേന്ത്യാ പാർട്ടി കോൺഗ്രസ് ഇക്കാര്യങ്ങൾ സംബന്ധിച്ച പാർട്ടി കാഴ്ചപ്പാട് പ്രതിപാദിക്കുകയുണ്ടായി. അത് ഇവിടെ ആവർത്തിക്കുന്നില്ല.

സോഷ്യലിസ്റ്റ് പരീക്ഷണങ്ങൾക്ക് തിരിച്ചടിയേറ്റിട്ട് ഇപ്പോൾ മൂന്നു പതിറ്റാണ്ടാകുന്നു. ഈ കാലഘട്ടത്തിൽ തന്നെയാണ് നവഉദാരവല്ക്കരണ നയങ്ങൾ എന്ന വ്യാജപ്പേരിൽ അറിയപ്പെടുന്ന ആശ്രിത മുതലാളിത്ത നയങ്ങൾ (Crony Capitalism) ലോകത്തിന്റെ അവസാനവാക്കും ചരിത്രത്തിന്റെ അന്ത്യവും എന്ന ഭാവത്തിൽ ആധിപത്യം സ്ഥാപിക്കാൻ ശ്രമിച്ചത്.

എന്താണ് ഈ മൂന്നുപതിറ്റാണ്ടു കാലത്തെ അനുഭവങ്ങളുടെ നീക്കിബാക്കി? 'മുൻ സോഷ്യലിസ്റ്റ്' രാജ്യങ്ങളിൽ എല്ലാ ജനവിഭാഗങ്ങൾക്കും ജീവിത സുരക്ഷിതത്വം-സൗജന്യ വിദ്യാഭ്യാസം, ചികിത്സ, പോഷകാഹാരപ്രദമായ ഭക്ഷണം, തൊഴിൽ, പാർപ്പിടം, കലാ-കായിക- ജീവിത സാദ്ധ്യതകൾ ഒക്കെ സോഷ്യലിസ്റ്റ് നാളുകളിൽ ഉറപ്പായിരുന്നു. അതൊട്ടുമുക്കാലും അപ്രത്യക്ഷമാവുകയും കുറ്റകൃത്യങ്ങളും മാഫിയാവാഴ്ചയും സാമ്പത്തിക - സാമൂഹ്യ ഉച്ചനീചത്വങ്ങളും മൃഗീയമായ ചൂഷണവും വ്യാപകമാവുകയും ചെയ്തു, അവിടെ മുതലാളിത്തം സ്ഥാപിതമായതോടെ. സോഷ്യലിസ്റ്റ് കാലത്ത് ചില പ്രശ്നങ്ങൾ ഉണ്ടായിരുന്നു എന്നത് വസ്തുതയാണ്. അവയെ പർവ്വതീകരിച്ച് ആ വ്യവസ്ഥയെത്തന്നെ അട്ടിമറിച്ചവർ മുതലാളിത്ത ചൂഷണത്തിന്റെ എരിതീയിലേക്കാണ് അവിടത്തെ ജനതയെ ചതിച്ചെറിഞ്ഞത്.

സാമ്രാജ്യത്ത മുതലാളിത്ത രാഷ്ട്രങ്ങളാവട്ടെ 2008 ലെ സാമ്പത്തിക തകർച്ചയും ഇപ്പോഴത്തെ കോവിഡ് 19 നെത്തുടർന്നുള്ള ഞെട്ടിക്കുന്ന വൻദുരന്തവും ചേർന്ന താരതമ്യമില്ലാത്ത സർവ്വനാശ ഭീഷണിക്കുമുന്നിലാണ്. ചരിത്രത്തിന്റെ അന്ത്യമാണ് തുറന്ന കമ്പോളവ്യവസ്ഥ എന്ന് അഹങ്കാരപൂർവ്വം വാദിച്ചവരെ ആ വ്യവസ്ഥയുടെ ആസന്നമോ അതിവിദൂരമല്ലാത്തതോ ആയ മരണമാണ് ഇന്ന് തുറിച്ചുനോക്കുന്നത്.

തുറന്ന കമ്പോളവ്യവസ്ഥയെന്ന ഓമന(വ്യാജ)പ്പേരിൽ അറിയപ്പെടുന്ന ഹീന മുതലാളിത്തവ്യവസ്ഥയ്ക്കെതിരെ കത്തോലിക്കാസഭയുടെ പരമോന്നതാചാര്യനായ ഫ്രാൻസിസ് മാർപ്പാപ്പയും രംഗത്തുവന്നിരിക്കുന്നു. എല്ലാം കമ്പോളം നോക്കിക്കൊള്ളും എന്നു വാദിക്കുന്നത് എത്ര വലിയ അസംബന്ധമാണെന്ന് കോവിഡ്-19 മഹാമാരിയും, സമൂഹത്തിൽ പെരുകുന്ന അസമത്വവും ദുരിതവും വ്യക്തമാക്കുന്നു എന്നാണ് സ്വന്തം ഭാഷയിൽ ഫ്രാൻസിസ് മാർപ്പാപ്പ 2020 ഒക്ടോബർ 4 ന് പുറപ്പെടുവിച്ച ചാക്രിക ലേഖനത്തിൽ വ്യക്തമാക്കിയത്.

മാർക്സിസ്റ്റുകൾ മുന്നോട്ടുവച്ച സമത്വത്തിലും സ്വാതന്ത്ര്യത്തിലും സാഹോദര്യത്തിലും തുല്യതയിലും അധിഷ്ഠിതമായ ഒരു നവസമൂഹം നിർമ്മിക്കണമെങ്കിൽ ചില കാര്യങ്ങളിൽ സാമൂഹികമാറ്റത്തിനായി പൊരുതുന്നവർ പ്രത്യേകം ശ്രദ്ധിക്കേണ്ടതുണ്ട്. മാർക്സിസ്റ്റ് സിദ്ധാന്തം അതായത് 'വൈരുദ്ധ്യാത്മകവും ചരിത്രപരവുമായ ഭൗതികവാദം', യാന്ത്രികമായല്ലാതെ പഠിക്കുകയും, അത് സമൂഹത്തിൽ പ്രാവർത്തികമാക്കാൻ' നടന്ന ശ്രമങ്ങളുടെ ജയാപജയങ്ങൾ ശാസ്ത്രീയമായും സത്യസന്ധമായും ധീരമായും വിലയിരുത്തുകയും ചെയ്യണം. ഇക്കാര്യത്തിൽ ലെനിന്റെ മാതൃക വളരെ പ്രധാനമാണ്. ഇന്നും പ്രസക്തമാണ്. ഉദാഹരണത്തിന് *ഭരണകൂടവും വിപ്ലവവും* എന്ന ക്ലാസിക് രചനയിൽ അദ്ദേഹം ചൂണ്ടിക്കാട്ടി:

> സോഷ്യലിസത്തിൽ 'പ്രാചീന' ജനാധിപത്യത്തിന്റെ വളരെയധികം ഭാഗങ്ങൾ പുനരുദ്ധരിക്കപ്പെടുന്നത് ഒഴിച്ചുകൂടാത്തതാണ്;

> കാരണം, പരിഷ്കൃത മാനവസമൂഹത്തിന്റെ ചരിത്രത്തിൽ ആദ്യമായി ബഹുജനങ്ങൾ വോട്ടു ചെയ്യുന്നതിലും തിരഞ്ഞെടുപ്പിലും മാത്രമല്ലാതെ 'ദൈനംദിന ഭരണനിർവ്വഹണത്തിലും സ്വതന്ത്രമായി' പങ്കെടുക്കാൻ മുന്നോട്ടുവരികയാണ്. സോഷ്യലിസത്തിൽ ഗവൺമെന്റിന്റെ പ്രവർത്തനത്തിൽ എല്ലാവരും ഊഴമിട്ട് പങ്കെടുക്കും. അങ്ങനെ ക്രമേണ കാര്യം നടത്താൻ പ്രത്യേകം ആളുകളെ വേണ്ടെന്ന നില അവർക്ക് സ്വാഭാവികമായിത്തീരും. (*ചിന്ത പതിപ്പ്*, പേജ് 160, 161)

'സോഷ്യലിസ്റ്റ് വ്യവസ്ഥയിൽ ഒരു പാചകക്കാരനും ഭരണാധികാരിയാകാനാവും' എന്ന, വിപ്ലവ ചിന്തകനായ ലെനിന്റെ കാഴ്ചപ്പാട് പ്രാവർത്തികമാവും വിധം ലെനിനുശേഷമുള്ള ബോൾഷെവിക് നേതൃത്വങ്ങൾക്ക് കാര്യങ്ങൾ കരുതലോടെ ക്രമീകരിക്കുവാൻ കഴിയാതെ പോയത് എന്തുകൊണ്ടാണെന്ന ചോദ്യം പ്രസക്തമാണ്. ആഭ്യന്തരസംഘർഷങ്ങളുടെയും ഫാസിസ്റ്റ് ആക്രമണത്തിന്റെയും പേരിൽ ഇതു വിശദീകരിക്കുന്നത് ശരിയാണോ?

തൊഴിലാളി-കർഷക സഖ്യത്തിന്റെ അടിസ്ഥാനത്തിൽ ജനങ്ങളെ സംഘടിപ്പിച്ച് അണിനിരത്തി, ത്യാഗപൂർണ്ണമായ പോരാട്ട പരമ്പരകളിലൂടെ 'വിപ്ലവം' വിജയിപ്പിക്കുന്നതുപോലെയോ അതിലേറെയോ ശ്രമകരവും ജാഗ്രത ആവശ്യമുള്ളതുമായ കാര്യമാണ് വ്യത്യസ്ത ഘട്ടങ്ങളിലൂടെ ജനകീയ-ജനാധിപത്യ-സോഷ്യലിസ്റ്റ് സാമ്പത്തിക സാമൂഹ്യ സാംസ്കാരിക ഭരണസംവിധാനങ്ങൾ വികസിപ്പിച്ച് പ്രായോഗികമായി അരക്കിട്ടുറപ്പിക്കുന്നത്. അതീവപ്രാധാന്യമുള്ള ഇക്കാര്യം നിരന്തരം ഓർക്കാനും പ്രാവർത്തികമാക്കാനും കഴിഞ്ഞിട്ടുണ്ടോ എന്ന പരിശോധനയും 21-ാംനൂറ്റാണ്ടിലെ സോഷ്യലിസ്റ്റ് പരീക്ഷണങ്ങൾ വിജയിക്കാനും സുസ്ഥിരമാകാനും ആവശ്യമാണ്. സോഷ്യലിസ്റ്റ് സാമ്പത്തിക വ്യവസ്ഥ സർഗ്ഗാത്മകമായി വളർത്തി പരിപാലിക്കുന്നതിലുണ്ടായ പാളിച്ചകൾ തിരിച്ചടിക്ക് വളരെ പ്രധാനപ്പെട്ട കാരണമായിട്ടുണ്ട്.

കമ്യൂണിസ്റ്റ്- സോഷ്യലിസ്റ്റ്-ഇടതുപക്ഷ- പുരോഗമന ശക്തികൾ വ്യത്യസ്ത തോതിൽ ഇന്ന് ലോകത്ത് ശ്രദ്ധേയമായ ഇടപെടലുകൾ നടത്തുകയും മോചന മാതൃകകൾ പ്രവൃത്തിപഥത്തിൽ അവതരിപ്പിക്കുകയും ചെയ്യുന്നുണ്ട്. ഉദാഹരണത്തിന് കോവിഡ് –19ന്റെ ആഘാതം നിയന്ത്രണ വിധേയമാക്കുന്നതിലും ജനങ്ങൾക്ക് സൗജന്യമായോ താങ്ങാവുന്ന വിധമോ ചികിത്സാ സൗകര്യങ്ങൾ വ്യാപകമായി ലഭ്യമാക്കുന്നതിലും കമ്യൂണിസ്റ്റു പാർട്ടികളുടെ നേതൃത്വത്തിലുള്ള ഭരണസംവിധാനങ്ങൾ വ്യക്തമായ മുൻകൈയും അംഗീകാരവും നേടിയിട്ടുണ്ട്. ഇതിനുപുറമെ ദാരിദ്ര്യത്തിന്റെ ദുരന്തത്തിൽനിന്ന് ഏറ്റവും ഫലപ്രദമായ വിധത്തിൽ ജനതയെ മോചിപ്പിക്കുന്നതിലും കമ്യൂണിസ്റ്റ് ഇടതുപക്ഷ -സോഷ്യലിസ്റ്റ് ഗവൺമെന്റുകൾ ഏഷ്യയിലും ലാറ്റിനമേരിക്കയിലും അവിതർക്കിതമായ വിജയം കൈവരിച്ചിട്ടുണ്ട്.

ഇന്നത്തെ ലോകത്ത് ഇത്തരം പരീക്ഷണങ്ങൾ നടക്കുന്നത് ദീർഘമായ കൊളോണിയൽ ചൂഷണത്തിന്റെയും അടിച്ചമർത്തലിന്റെയും പിന്നോക്കാവസ്ഥയുടെയും ആഘാത മുദ്രകൾ കാണാനാവുന്ന ഏഷ്യ, ലാറ്റിനമേരിക്ക, ആഫ്രിക്ക പോലുള്ള രാജ്യങ്ങളിലാണ്. ശക്തമായ മുതലാളിത്ത വളർച്ചയും വ്യവസായവല്ക്കരണവും അവിടങ്ങളിൽ വേണ്ടത്ര ഉണ്ടായിട്ടില്ല എന്ന പരാധീനത പുരോഗമന സർക്കാരുകളുടെ ഇടപെടലുകളെ പ്രതികൂലമായി ബാധിക്കുന്നുണ്ട്. മാത്രമല്ല; ഫ്യൂഡലിസത്തിന്റെ തകർച്ച പൂർണ്ണമായി സംഭവിക്കാതിരിക്കുന്നതും വ്യവസ്ഥാപരമായ പരിമിതികൾ ഈ രാഷ്ട്രങ്ങളുടെ ജനപക്ഷ പദ്ധതികളുടെ വിജയത്തിന് പ്രതിബന്ധങ്ങൾ സൃഷ്ടിക്കുന്നു. ഇത് അത്യന്തം സങ്കീർണ്ണമായ വൈതരണികളും ഭൂതകാലത്തിന്റെ ഭാരങ്ങളും ബാദ്ധ്യതകളും ചേർന്ന് ഒരു പ്രത്യേകതരം സാമ്പത്തിക-സാമൂഹ്യ അവസ്ഥയാണ് ഈ രാജ്യങ്ങളിൽ സൃഷ്ടിച്ചിരിക്കുന്നത്. മതം, ജാതി, വംശം തുടങ്ങിയ ഘടകങ്ങളുടെ ആഴത്തിലുള്ള ആഘാതവും സ്വാധീനവും ഈ ഭൂഖണ്ഡങ്ങളിലെ ജനങ്ങളുടെ വിശ്വാസങ്ങളിലും സമീപനങ്ങളിലും പ്രതിഫലിക്കുന്നു. വർഗ്ഗവിഭജിത സമൂഹമെന്ന നിലയിലാണ് അടിസ്ഥാനപരമായി ജനതയുടെ പ്രശ്നങ്ങളെ സമീപിക്കേണ്ടതെങ്കിലും ജാതി-മത ഗോത്ര വംശ സ്വത്വങ്ങളുടെ സ്വാധീനം വ്യത്യസ്ത തോതിൽ ഇവിടങ്ങളിലെല്ലാം പ്രബലമാണെന്നതും അവരുടെ നിലപാടുകളെയും പ്രതികരണങ്ങളെയും സമീപനങ്ങളെയും സ്വാധീനിക്കും. ഈ സങ്കീർണ്ണതകളെ സൂക്ഷ്മമായും ചരിത്രപരമായും വിലയിരുത്താതെ വർഗ്ഗചൂഷണത്തിനും സാമൂഹികമായ മർദ്ദനത്തിനും അവഗണനയ്ക്കും വിധേയരാകുന്നവരെയാകെ സംഘടിപ്പിച്ച് വിപ്ലവലക്ഷ്യത്തോടെ സമരസന്നദ്ധരാക്കാനാവില്ല.

ചൂഷണവ്യവസ്ഥ അതിജീവനത്തിനായി ആശ്രയിക്കുന്ന തന്ത്രങ്ങളെപ്പറ്റി 172 വർഷങ്ങൾക്കുമുമ്പു പ്രസിദ്ധീകരിച്ച *കമ്യൂണിസ്റ്റു മാനിഫെസ്റ്റോയിൽ*ത്തന്നെ സൂചനകളുണ്ട്.

ഉല്പാദനോപകരണങ്ങളിലും തദ്വാര ഉല്പാദനബന്ധങ്ങളിലും അതോടൊപ്പം സാമൂഹിക ബന്ധങ്ങളിലൊട്ടാകെയും നിരന്തരം വിപ്ലവകരമായ പരിവർത്തനം വരുത്താതെ, ബൂർഷ്വാസിക്ക് നിലനില്ക്കാനാവില്ല. നേരെമറിച്ച്, ഇതിനുമുമ്പുണ്ടായിരുന്ന എല്ലാ വ്യാവസായികവർഗ്ഗങ്ങളുടെയും നിലനില്പിന്റെ ആദ്യത്തെ ഉപാധി, പഴയ ഉല്പാദനരീതികളെ യാതൊരു മാറ്റവും കൂടാതെ നിലനിർത്തുകയെന്നതായിരുന്നു. ഉല്പാദനത്തിൽ നിരന്തരം വിപ്ലവകരമായ പരിവർത്തനം, എല്ലാ സാമൂഹ്യ ഉപാധികളെയും ഇടതടവില്ലാതെ ഇളക്കി മറിക്കൽ, ശാശ്വതമായ അനിശ്ചിതാവസ്ഥയും പ്രക്ഷോഭവും ഇതെല്ലാം ബൂർഷ്വാകാലഘട്ടത്തെ എല്ലാ പഴയകാലഘട്ടങ്ങളിൽനിന്നും വേർതിരിക്കുന്നു."

നിരന്തരം നവീകരിച്ചുകൊണ്ടാണ് ബൂർഷ്വാസി പിടിച്ചുനില്ക്കാൻ ശ്രമിക്കുന്നത് എന്ന് അന്നേ മാർക്സും എംഗൽസും ചൂണ്ടിക്കാട്ടി. അതിൽ

ബൂർഷ്വാസി മികച്ച മെയ്വഴക്കം കാട്ടുകയും ചെയ്തു. എന്നാൽ ചൂഷണത്തിന്റെ രീതികൾ മാറുമ്പോഴും, ചൂഷണമെന്ന ചതിയും അനീതിയും മനുഷ്യവിരുദ്ധതയും തുടരുന്നു എന്നതിനാലാണ് മുതലാളിത്ത വ്യവസ്ഥ മാറ്റിമറിച്ച് ചൂഷണ വിമുക്തമായ സോഷ്യലിസ്റ്റ് വ്യവസ്ഥയുടെ പിറവി അനിവാര്യമാകുന്നത്. അതിന് തൊഴിലാളികളും കൃഷിക്കാരും മറ്റെല്ലാ അദ്ധ്വാനിക്കുന്ന ജനവിഭാഗങ്ങളും പോരാട്ടങ്ങളിലൂടെ സംഘടിതരാകുകയും പരസ്പരം ഐക്യപ്പെടുകയും സാമൂഹിക – സാമ്പത്തിക മാറ്റത്തിനായി ഇടപെടുകയും ചെയ്താലല്ലാതെ, മുതലാളിത്തം സ്വയം കൊഴിഞ്ഞുപോവില്ല. അതുപോലെ പ്രധാനമാണ് സോഷ്യലിസ്റ്റ് വ്യവസ്ഥയെ ബലിഷ്ഠമാക്കി കമ്യൂണിസത്തിലേക്ക് പുരോഗമിക്കണമെങ്കിൽ, ബൂർഷ്വാസി പിടിച്ചുനില്ക്കാൻ വേണ്ടി ആശ്രയിക്കുന്ന നിരന്തര നവീകരണ ശ്രമങ്ങളെക്കാൾ എത്രയോ വ്യാപകവും സൂക്ഷ്മവും ശാസ്ത്രീയവുമായി സോഷ്യലിസ്റ്റ്–കമ്യൂണിസ്റ്റ് പ്രസ്ഥാനങ്ങൾ സ്വന്തം നിലനില്പിനും മുന്നേറ്റത്തിനുമായി നിരന്തരം നവീകരിക്കപ്പെടേണ്ടതുണ്ട് എന്ന കാര്യം. അതിലുണ്ടാകുന്ന പാളിച്ചകൾ മുതലാളിത്തത്തിന് തിരിച്ചുവരാൻ പഴുതു നല്കും. സോഷ്യലിസ്റ്റ് വ്യവസ്ഥ ആദ്യകാല മുന്നേറ്റങ്ങൾക്കുശേഷം ശിഥിലീകരിക്കപ്പെടാനും, നിരന്തരം സ്വയം നവീകരിക്കുകയെന്ന തുടർ വിപ്ലവ കാഴ്ചപ്പാടിലുണ്ടാകുന്ന പാളിച്ചകൾക്കും വഴിയൊരുക്കുമെന്നു കണ്ടുകഴിഞ്ഞു.

ചൂഷകവർഗ്ഗങ്ങളാകട്ടെ കൃത്രിമ സ്വത്വനിർമ്മിതികളിലൂടെയും വംശീയ–സാംസ്കാരിക ദേശീയതാ നാട്യങ്ങളിലൂടെയും സാധാരണ ജനതയെ കൗശലപൂർവ്വം രാഷ്ട്രീയമായി പ്രതിലോമ പക്ഷത്ത് അണിനിരത്തുകയാണ്. വിഭജിച്ചു ഭരിക്കുക, വംശീയ നിർമ്മാർജ്ജനത്തിലൂടെ ആധിപത്യം നേടുക എന്നിങ്ങനെ യഥാക്രമം സാമ്രാജ്യത്വവും ഫാസിസ്റ്റുകളും പിന്തുടർന്ന നീചതന്ത്രമാണ് മാറിയും തിരിഞ്ഞും ഇന്നത്തെ തീവ്ര വലതുപക്ഷ ശക്തികൾ ആശ്രയിക്കുന്നത്. അതിനെ നേരിടുന്നതിന് സർവ്വ സജ്ജീകരണങ്ങളും കമ്യൂണിസ്റ്റ്–സോഷ്യലിസ്റ്റ്–ഇടതുപക്ഷ ജനാധിപത്യശക്തികൾ വികസിപ്പിച്ച് വിന്യസിക്കേണ്ടതുണ്ട്. സിദ്ധാന്തത്തിലും പ്രയോഗത്തിലും ഇതുവരെയുള്ള അനുഭവങ്ങളെ സൂക്ഷ്മമായി, സത്യസന്ധമായി, ശാസ്ത്രീയമായി, ചരിത്രപരമായി അപഗ്രഥിക്കുകയും, ശരിയായ പാഠങ്ങൾ നിർഭയം തിരിച്ചറിയുകയും ചെയ്യുന്നതും, നിസ്സങ്കോചം ആവശ്യമായ സ്വയം തിരുത്തലുകൾക്കു സന്നദ്ധമാകുന്നതും വിപ്ലവ രീതികൾക്ക് ആത്മവിശ്വാസത്തോടെ സമര സജ്ജരാകാൻ അനിവാര്യമാണ്. ഇതിലുണ്ടാകുന്ന ഏതു കാലതാമസവും ചൂഷകവർഗ്ഗശക്തികളുടെയും തീവ്രവലതുപക്ഷത്തിന്റെയും സമ്പൂർണ്ണാധിപത്യത്തിലേക്കാവും ലോകത്തെ തള്ളിനീക്കുക.

സ്വാതന്ത്ര്യസമരത്തിൽ കമ്യൂണിസ്റ്റുകാർ വഹിച്ച പങ്ക്

നീലോൽപ്പൽ ബസു

ആയിരത്തിത്തൊള്ളായിരത്തി ഇരുപത് ഒക്ടോബർ 17 ന് താഷ്കന്റിൽവെച്ചു നടന്ന കമ്യൂണിസ്റ്റ് പാർട്ടി ഓഫ് ഇന്ത്യയുടെ രൂപീകരണത്തിന്റെ നൂറാം വാർഷികത്തോടനുബന്ധിച്ചുള്ള ആഘോഷ പരിപാടികൾ സമാപിച്ചിരിക്കുകയാണ്. എന്നാൽ, ജാതിക്കും വംശത്തിനും മതത്തിനും സാമ്പത്തിക പദവിക്കും ഉപരിയായി പൗരർ തുല്യതയും സ്വാതന്ത്ര്യവും അനുഭവിക്കുന്ന ഒരു ജനാധിപത്യ മതനിരപേക്ഷ ജനകീയ റിപ്പബ്ലിക്കായി ഇന്ത്യയുടെ ഭാവിയെ രൂപപ്പെടുത്തുകയെന്ന, സി പി ഐ യുടെ രൂപീകരണം മുതൽക്കുള്ള ആ ലക്ഷ്യം ഇനിയും നിറവേറ്റപ്പെട്ടിട്ടില്ല. അതിന് കടുത്ത തിരിച്ചടികൾ നേരിടേണ്ടതായും വന്നിട്ടുണ്ട്, വിശേഷിച്ചും, ഭരണഘടനയുടെ ഏറ്റവും അടിസ്ഥാനപരമായ തത്ത്വങ്ങൾവരെ എതിർക്കപ്പെടുന്ന ഈ സമീപകാലത്ത് കനത്ത തിരിച്ചടികളാണ് അതിന് നേരിടേണ്ടതായി വരുന്നത്. മതപരമായ സ്വത്വങ്ങളെയും ജാതിയെയും ലിംഗ വിവേചനത്തെയും അടിസ്ഥാനപ്പെടുത്തിയുള്ള അത്യന്തം തീവ്രമായ തലത്തിലുള്ള അസമത്വവും ചൂഷണവും ഭരണഘടനാപരമായ അവകാശങ്ങളുടെയും സ്വാതന്ത്ര്യങ്ങളുടെയും ഇല്ലായ്മചെയ്യലുമാണ് നമ്മൾ ഇന്ന് നേരിട്ടുകൊണ്ടിരിക്കുന്നത്. ഈ പശ്ചാത്തലത്തിലാണ്. സ്വാതന്ത്ര്യസമരത്തിലെ കമ്യൂണിസ്റ്റുകാരുടെ പങ്ക് ഓർമ്മിച്ചെടുക്കുന്നതിന് പ്രാധാന്യമേറുന്നത്. ഇന്ന് ഭീഷണിയായി നില്ക്കുന്ന ഈ വിഷയങ്ങളെയൊക്കെ അഭിമുഖീകരിക്കുകവഴി പൗരരുടെ രാഷ്ട്രീയ സ്വാതന്ത്ര്യത്തിന്റെയും തുല്യതയുടെയും ഈ ആശയങ്ങൾ സ്ഥാപിക്കുന്നതിനായിരുന്നു കമ്യൂണിസ്റ്റുകാർ പങ്കുവഹിച്ചത്.

പശ്ചാത്തലം

ബ്രിട്ടീഷ് ഭരണത്തിന്റെ സംഭവബഹുലമായ ചരിത്രവും അവർ രാജ്യത്തെ ജനങ്ങളോടുചെയ്ത നിഷ്ഠുരമായ ചൂഷണവും നമ്മുടെ സ്വാതന്ത്ര്യസമരത്തെ ശക്തിപ്പെടുത്തി. ഇന്ത്യൻ ജനതയുടെ വിപുലവും വൈവിദ്ധ്യമാർന്നതുമായ അവസ്ഥകളിൽ നില്ക്കുമ്പോൾത്തന്നെ ഈ ജനങ്ങൾ നടത്തിയ എണ്ണിയാലൊടുങ്ങാത്ത സമരങ്ങൾ ഒരു രാജ്യവ്യാപക സത്ത എന്ന നിലയിൽ സ്വാതന്ത്ര്യ സമരത്തിന്റെ ഉദയത്തിനുവേണ്ടി അവർ ഒന്നിച്ചു കൂടുന്നതിന് വഴിവെച്ചു. ബ്രിട്ടീഷ് സാമ്രാജ്യത്വത്തിന്റെ ആണിക്കല്ലായ കൊള്ളയും പിടിച്ചുപറിയുമായിരുന്നു ഈ സമരങ്ങളുടെയോരോന്നിന്റെയും അടിയന്തര കാരണമെന്ന് തറപ്പിച്ചുപറഞ്ഞാൽ അതൊരു സാമാന്യ യുക്തിയാകും.

കൊളോണിയൽ ചൂഷണത്തിനെതിരായ ആദ്യത്തെ സംഘടിത പ്രകടനം, ബ്രിട്ടീഷ് ഇന്ത്യൻ ആർമിയിലെ ഇന്ത്യൻ സൈനികർ നടത്തിയ കലാപമായിരുന്നു. കലാപത്തിന് തുടക്കംകുറിച്ച 1857 മെയ് 10 മുതലിങ്ങോട്ട് 1857 സെപ്തംബർ 20 വരെ, അതായത് ഡൽഹി തിരിച്ചുപിടിക്കുവാൻ ബ്രിട്ടീഷ് ഭരണാധികാരികൾക്ക് നാലുമാസം വേണ്ടിവന്നു. പക്ഷേ, കലാപകാരികൾക്കുമേലുണ്ടായിരുന്ന നിയന്ത്രണം പുനഃസ്ഥാപിക്കാനും കലാപത്തിന്റെ കാലത്ത് സ്വതന്ത്രമായ വടക്കൻ ഇന്ത്യയിലെ മിക്ക ഭാഗങ്ങളും തിരിച്ചുപിടിക്കുന്നതിന് ബ്രിട്ടീഷുകാർക്ക് പിന്നെയും ഏതാണ്ട് രണ്ടുവർഷത്തോളം വേണ്ടിവന്നു. കൊളോണിയൽ ചരിത്രവുമായി ബന്ധപ്പെട്ട എഴുത്തുകാർ മിക്കതും ഈ കലാപത്തിന്റെ പ്രാധാന്യത്തെ താഴ്ത്തിക്കെട്ടുവാനാണ് ശ്രമിച്ചിട്ടുള്ളത്. എന്നാൽ ചില കൃതികൾ യഥാർത്ഥ സാഹചര്യങ്ങളിലേക്ക് വെളിച്ചം വീശുന്നുണ്ട്. അധികാരത്തിൽ നിന്നും കുടിയിറക്കപ്പെട്ട ഇന്ത്യൻ നാട്ടുരാജ്യങ്ങളിലെ രാജാക്കന്മാർക്കും പ്രഭുക്കന്മാർക്കും സെമീന്ദാർമാർക്കുമിടയിൽ നിറഞ്ഞുനിന്ന അതൃപ്തിയായിരുന്നു കലാപത്തിന്റെ അടിയന്തര പ്രേരണയെങ്കിലും ബ്രിട്ടീഷ് ഭരണത്തിനുകീഴിൽ തികഞ്ഞ ദുരിതം നേരിട്ടുകൊണ്ടിരുന്ന അദ്ധ്വാനിക്കുന്ന ജനങ്ങളിലെ വിപുലമായ വിഭാഗവും ഒന്നിച്ചുണർന്നിരുന്നു എന്നത് സ്പഷ്ടമാണ്.

ശിപായി ലഹള എന്ന് നാമകരണം ചെയ്തുകൊണ്ടും ബഹുജനങ്ങളുടെ പങ്കിനെ വിലകുറച്ചു കണ്ടുകൊണ്ടും ഈ ദേശീയ ഉയിർത്തെഴുന്നേല്പിനെ താഴ്ത്തിക്കെട്ടുവാനുള്ള ബ്രിട്ടീഷ് ചരിത്രകാരന്മാരുടെ ശ്രമത്തെ എതിർത്തുകൊണ്ട് കാൾ മാർക്സ് 'ഹിന്ദുക്കളുടെയും മുസ്ലീങ്ങളുടെയും ദേശീയ കലാപം' എന്ന് ഈ കലാപത്തെ വിശേഷിപ്പിക്കുകയും 'സൈനിക കലാപം സത്യത്തിൽ ഒരു ദേശീയ കലാപ'മാണെന്നു കൂട്ടിച്ചേർക്കുകയും ചെയ്തു.

ഈ ഉയിർത്തെഴുന്നേല്പ് ഉണ്ടാക്കിയ വലിയ സ്വാധീനംപോലെ തന്നെ പ്രധാനപ്പെട്ടതാണ് ഇത് നിലനിർത്തുന്നതിലുണ്ടായ പരാജയത്തിന്റെ പാഠങ്ങളും. ഇന്ത്യൻ നാട്ടുരാജ്യങ്ങളിലെ ഒട്ടേറെ രാജാക്കന്മാരും

വലിയ സെമീന്ദാർമാരും ചാഞ്ചാട്ട സ്വഭാവം പുലർത്തി; അത് ബ്രിട്ടീഷുകാർക്ക് ഗുണപ്രദമായി. ഇത് അംഗീകരിച്ചുകൊണ്ട് ഗവർണർ ജനറലായ കാനിങ്പ്രഭു തുറന്നെഴുതി: ''വലിയൊരു വേലിയേറ്റംകൊണ്ട് നമ്മളെയാകെ തുടച്ചുനീക്കുമായിരുന്ന ആ കൊടുങ്കാറ്റിന്റെ തടയണകളായി അവർ (നാട്ടുരാജാക്കന്മാർ) പ്രവർത്തിച്ചു.''

ബ്രിട്ടീഷുകാരുടെ ഈ പ്രതികരണം വളരെ വ്യക്തമായ ഒരു പാഠം അടിവരയിട്ടു പറയുന്നുണ്ട്: ഇന്ത്യൻ സ്വാതന്ത്ര്യ സമരം ഒരു ഫ്യൂഡൽ വിരുദ്ധ സമരമാകണം. കർഷക ജനസാമാന്യത്തിലെ വിപുലമായ വിഭാഗം നേരിടുന്ന കാർഷിക ദുരിതത്തിനെതിരായ പ്രതിഷേധം തീർക്കാതെ, ഒരിക്കലും സ്വാതന്ത്ര്യസമരത്തിന് വിജയം കാണാനാവില്ല.

1857 ലെ കലാപത്തിൽനിന്നും ബ്രിട്ടീഷുകാരും അവരുടേതായ പാഠം പഠിച്ചു. ഹിന്ദുക്കളെയും മുസ്ലീങ്ങളെയും ഫ്യൂഡൽ പ്രഭുക്കളെയും ഒന്നിച്ചൊരു പൊതുലക്ഷ്യം പങ്കിടാനനുവദിച്ചുകൊണ്ട് ഇന്ത്യയിൽ ബ്രിട്ടീഷ് ഭരണം തുടരാനാവില്ല. ബ്രിട്ടീഷ് ചരിത്രകാരനായ തോമസ് ലോവി ഇങ്ങനെ നിരീക്ഷിച്ചു,

> പശുവിനെ കൊല്ലുന്നവനും പശുവിനെ ആരാധിക്കുന്നവനും, പന്നിയെ വെറുക്കുന്നവനും പന്നിയെ ഭക്ഷിക്കുന്നവനും ഒരുമിച്ച് കലാപത്തിലേർപ്പെട്ടു. സമാന സംഭവങ്ങളുടെ ആവർത്തനം തടയേണ്ടിയിരിക്കുന്നു! സ്വാഭാവികമായും ഇത് 'ഭിന്നിപ്പിച്ച് ഭരിക്കുക' യെന്ന അക്രമോത്സുകമായ ഉദ്യമത്തിലേക്ക് നയിച്ചു.

സ്വാതന്ത്ര്യസമരത്തിൽ തങ്ങളുടേതായ പങ്ക് നിർവ്വഹിക്കുമ്പോൾ കമ്യൂണിസ്റ്റുകാർ ഈ പാഠങ്ങൾ ഉൾക്കൊണ്ടിരുന്നു.

സി പി ഐയുടെ രൂപീകരണ വർഷങ്ങൾ

ബ്രിട്ടീഷ് ഭരണത്തിനെതിരായ ഇന്ത്യൻ ജനതയുടെ പ്രാദേശികമായ സമരങ്ങളുടെ വിവിധ പ്രവാഹങ്ങളും പരമ്പരകളും ഉൾക്കൊള്ളാൻ കമ്യൂണിസ്റ്റുപാർട്ടി തയ്യാറായപ്പോൾ, അതിലേക്ക് വഴിവെച്ച അടിയന്തര പ്രചോദനം മഹത്തായ ഒക്ടോബർ വിപ്ലവത്തിന്റെ വിജയമായിരുന്നു എന്നത് സ്പഷ്ടമാണ്. ലെനിൻ തന്റെ കൊളോണിയൽ തീസിസിൽ നടത്തിയ പ്രത്യേക അഭ്യർത്ഥനയാണ് കമ്യൂണിസ്റ്റ് പാർട്ടിയുടെ രൂപീകരണത്തിലേക്ക് നയിച്ചത്; ഇന്ത്യയിൽ മാത്രമല്ല, മറിച്ച് മറ്റെല്ലായിടങ്ങളിലും തുടക്കത്തിൽ വിപ്ലവകാരികളുടെ ചെറു സംഘങ്ങളായിരുന്നു അത്. യൂറോപ്പിന്റെ വിവിധഭാഗങ്ങളിൽ, മാർക്സിസം കൈക്കൊണ്ട രാഷ്ട്രീയ പ്രവാസികൾ വഹിച്ച പങ്കായിരുന്നു ഇതിലെ പൊതുവായ ഒരു സവിശേഷത. മുസഫർ അഹമ്മദ് ഇങ്ങനെ നിരീക്ഷിച്ചു, ''വിദേശത്ത് രൂപീകരിച്ച പാർട്ടി സംഘടനയുടെ വിപുലീകൃത രൂപമായിരുന്നു കമ്യൂണിസ്റ്റ് പാർട്ടി ഓഫ് ഇന്ത്യ.'' പെഷവാർ കമ്യൂണിസ്റ്റ് ഗൂഢാലോചനക്കേ

സിൽ ഇത് സംശയാതീതമായി വ്യക്തമാക്കപ്പെട്ടിരുന്നു; ഇന്ത്യൻ കമ്യൂണിസ്റ്റുകാരെ വിചാരണ ചെയ്യുന്നതിന് 1922–23 ൽ ബ്രിട്ടീഷുകാർ കെട്ടിച്ചമച്ച കേസായിരുന്നു ഇത്. പ്രതിയാക്കപ്പെട്ട പത്തുപേരിൽ ഒൻപതുപേരും പാർട്ടിയിലെ വിദേശ ഘടകത്തിലെ അംഗങ്ങളായിരുന്നു. കമ്യൂണിസ്റ്റുപാർട്ടി രൂപീകരണം തങ്ങൾക്കുണ്ടാക്കിയേക്കാവുന്ന പ്രശ്നങ്ങളെക്കുറിച്ച് ബ്രിട്ടീഷ് ഭരണാധികാരികൾ ഭയചിത്തരായിരുന്നു എന്നത് ആരംഭഘട്ടത്തിലുള്ള അരാഷ്ട്രീയ രൂപീകരണത്തിനുമേൽ നിരവധി ഗൂഢാലോചനക്കേസുകൾ ചുമത്തി അവർ നടത്തിയ ക്രൂരമായ വേട്ടയാടലുകളിൽനിന്നുതന്നെ വ്യക്തമാണ്: പെഷവാർ ഗൂഢാലോചനക്കേസും (1922–23) കാൺപൂർ ബോൾഷെവിക് ഗൂഢാലോചനാക്കേസും (1924) പിന്നെ സി പി ഐയുടെ 31 പ്രമുഖ നേതാക്കളെ ശിക്ഷയ്ക്കുവിധിച്ച അത്യന്തം നീചമായ മീററ്റ് ഗൂഢാലോചനക്കേസും (1929). പക്ഷേ, വരുംവരായ്കകളെക്കുറിച്ച് ഭയലേശമില്ലാതെ പുതുതായി ജന്മംകൊണ്ട ഈ പ്രസ്ഥാനം അതിന്റെ സ്വാധീനമുറപ്പിക്കുന്നതിനുവേണ്ടി അക്ഷമരായി പ്രവർത്തിച്ചു; ഉടൻതന്നെ 1921 ൽ നടന്ന കോൺഗ്രസിന്റെ അഹമ്മദാബാദ് സമ്മേളനത്തിൽ കമ്യൂണിസ്റ്റുകാർ പൂർണ്ണ സ്വാതന്ത്ര്യത്തിനായുള്ള പ്രമേയം കൊണ്ടുവന്നു. സ്വാതന്ത്ര്യസമരത്തിന്റെ ഏറ്റവും സുപ്രധാനമായ അഭിലാഷങ്ങൾ വ്യക്തമാക്കിക്കൊണ്ട് പാർട്ടിക്കുവേണ്ടി മൗലാന ഹസ്റത് മൊഹാനിയും സ്വാമി കുമാരാനന്ദും ചേർന്ന് പ്രമേയം അവതരിപ്പിച്ചു. പൂർണ്ണ ആസാദി (സമ്പൂർണ്ണ സ്വാതന്ത്ര്യം)ക്കുവേണ്ടിയുള്ള പ്രമേയം പില്ക്കാലത്ത്, 1929 ൽ മാത്രമാണ് കോൺഗ്രസ് സ്വീകരിക്കാൻ തയ്യാറായത്.

ജനങ്ങളുമായുള്ള ബന്ധം: കർഷക സമരങ്ങളും തൊഴിലാളി വർഗ്ഗ സമരങ്ങളും

എം എൻ റോയിയും അബനി മുഖർജിയും ചേർന്നെഴുതിയ ഒരു തുറന്ന കത്തോടുകൂടിയാണ് അഹമ്മദാബാദിലെ എ ഐ സി സി സമ്മേളനത്തിൽ അവതരിപ്പിച്ച കമ്യൂണിസ്റ്റ് പ്രമേയം തുടങ്ങുന്നത്. അതിൽ അവർ കോൺഗ്രസിനോട് ഇങ്ങനെ ആവശ്യപ്പെടുന്നു ''ട്രേഡ് യൂണിയനുകളുടെ മിനിമം ഡിമാന്റുകളെ കോൺഗ്രസിന്റേതായ ഡിമാന്റുകളാക്കുക; കിസാൻ സഭകളുടെ പരിപാടിയെ കോൺഗ്രസിന്റെ പരിപാടിയാക്കുക; അങ്ങനെയെങ്കിൽ യാതൊരു പ്രതിബന്ധങ്ങൾക്കും കോൺഗ്രസിനെ തോല്പിക്കാനാവാത്ത കാലം അതിവേഗം സാദ്ധ്യമാകും; തങ്ങളുടേതായ ഭൗതിക താല്പര്യങ്ങൾക്കുവേണ്ടി ബോധപൂർവ്വം പോരാടുന്ന മൊത്തം ജനസംഖ്യയുടെയാകെ അപ്രതിരോദ്ധ്യമായ ശക്തിയാൽ അത് പിന്തുണയ്ക്കപ്പെടും.

ഇതാണ് ബ്രിട്ടീഷ് ഭരണത്തിൽനിന്നുള്ള മോചനത്തിനായി മൊത്തം ദേശീയ പ്രസ്ഥാനത്തിന്റെ ഭാഗമാകുമ്പോൾത്തന്നെ, സ്വാതന്ത്ര്യസമരത്തിലെ കമ്യൂണിസ്റ്റ് പങ്കാളിത്തത്തെ അടയാളപ്പെടുത്തിയ കമ്യൂണിസ്റ്റ്

പാർട്ടിയുടെ സമീപനം. വർഗ്ഗസമരത്തിലും സാമൂഹിക വിഷയങ്ങളിന്മേലുള്ള സമരത്തിലും ഊന്നൽ കൊടുത്തത്, തൊഴിലാളികളുടെയും കർഷകരുടെയും സാമൂഹിക വിവേചനത്തിനും ജാതി ശ്രേണിക്കും ഇരകളാക്കപ്പെടുന്നവരുടെയും വിശാലമായ വിഭാഗത്തെ അണിനിരത്തുന്നതിനുവേണ്ടിയായിരുന്നു. തീർച്ചയായും, ഇത് സ്വാതന്ത്ര്യത്തിനുവേണ്ടി മാത്രമായിരുന്നില്ല, മറിച്ച് സോഷ്യലിസം സ്ഥാപിക്കുകയെന്ന ആത്യന്തികമായ ലക്ഷ്യത്തോടുകൂടി അവരുടെ ഭൗതിക സാഹചര്യങ്ങളിൽത്തന്നെ മാറ്റം കൊണ്ടുവരുന്നതിനുവേണ്ടി കൂടിയായിരുന്നു; ഇത് ദേശീയ പ്രസ്ഥാനത്തിലെ ഒരു പുതിയ പ്രവണതയായിരുന്നു എന്നത് തർക്കമില്ലാത്ത കാര്യമാണ്.

തുടക്കംമുതൽതന്നെ കമ്യൂണിസ്റ്റ് പാർട്ടി ഹിന്ദു-മുസ്ലീം ഐക്യം കെട്ടിപ്പടുക്കുകയെന്ന വിഷയത്തിൽ ഇടപെട്ടിരുന്നു; ബ്രിട്ടീഷുകാർ പ്രോത്സാഹിപ്പിക്കുകയും ഹിന്ദുമഹാസഭയും മുസ്ലീംലീഗും ചേർന്ന് നടപ്പാക്കുകയും ചെയ്യുന്ന വർഗ്ഗീയമായ ചേരിതിരിവിനെ കമ്യൂണിസ്റ്റ് പാർട്ടി എതിർക്കുകയും ചെയ്തിരുന്നു.

കമ്യൂണിസ്റ്റ് ഇടപെടലിന്റെ മറ്റൊരുതലം, ജാതീയമായ അടിച്ചമർത്തൽപോലെയുള്ള സാമൂഹിക വിഷയങ്ങളിലുള്ള ഇടപെടലായിരുന്നു; ഇതിനെ അവർ ഫ്യൂഡൽവിരുദ്ധ സാമ്രാജ്യത്വവിരുദ്ധ അജണ്ടയോടുചേർത്താണ് കണ്ടിരുന്നത്. ജാതിവ്യവസ്ഥയെ പരിഷ്കരിക്കുകയായിരുന്നില്ല, മറിച്ച് ഉന്മൂലനം ചെയ്യുകയായിരുന്നു ലക്ഷ്യം.

ആദ്യഘട്ടത്തിൽ കോൺഗ്രസിനുകീഴിൽ അണിനിരന്ന കർഷക ജനസാമാന്യം പിന്നീട് ഭൂപ്രഭുക്കളെ ചെറുക്കുന്നതിലുള്ള കോൺഗ്രസിന്റെ എതിർപ്പുമൂലം തങ്ങളുടെ വ്യാമോഹത്തിൽനിന്നും വിമുക്തരായി. തങ്ങളുടേതായ വർഗ്ഗതാല്പര്യങ്ങൾക്കുവേണ്ടി തങ്ങൾ സ്വയം സംഘടിക്കണം എന്ന ഒരു അവബോധം അവർക്കിടയിൽ വളരുന്നതിന് ഇത് ഇടയാക്കി. പ്രാദേശികവും മേഖലാടിസ്ഥാനത്തിലുമുള്ള സമരങ്ങൾ പൊട്ടിപ്പുറപ്പെട്ടു. വിശേഷിച്ചും യുദ്ധാനന്തര മുന്നേറ്റത്തിന്റെ ഭാഗമെന്ന നിലയിൽ അത് വലിയ കുതിപ്പുണ്ടാക്കി. ബംഗാളിലെ തേഭാഗ സമരം, കേരളത്തിന്റെ വിവിധ ഭാഗങ്ങളിൽ നടന്ന എണ്ണമറ്റ കർഷക സമരങ്ങൾ, മഹാരാഷ്ട്രയിലെ വർളി ഗോത്രവിഭാഗം, ബിഹാറിലെ ബക്ഷട്ട് സമരം, ആസാമിലെ സുർമ താഴ്‌വാരത്തിലെ സമരം എന്നിവ കർഷക ജനസാമാന്യത്തിന്റെ വമ്പിച്ച മുന്നേറ്റങ്ങളായിരുന്നു. ഇതിൽ ഏറ്റവും വലിയ ഒന്നായ, നൈസാം ഷാഹിക്കെതിരായ തെലങ്കാന സമരം ഒരു സായുധ സമരത്തിന്റെ രൂപം കൈവരിക്കുകയുണ്ടായി.

സമാനമായി, കല്ക്കത്ത, കാൺപൂർ, ബോംബെ, മദ്രാസ് പോലെയുള്ള പ്രധാനപ്പെട്ട വ്യാവസായിക മേഖലകളിലും, റെയിൽവെ, കല്ക്കരി ഖനികൾ, ചണം, പരുത്തി, തേയിലത്തോട്ടങ്ങൾപോലെയുള്ള പ്രധാനപ്പെട്ട വ്യവസായങ്ങളിലുമായി രാജ്യത്തിന്റെ വിവിധ ഭാഗങ്ങളിൽ ഒട്ടേറെ

സമരങ്ങൾ നടക്കുകയുണ്ടായി. ഈ തൊഴിലാളി സമരങ്ങളിൽ ഒരു രാഷ്ട്രീയ സ്വഭാവം കൈവരിച്ചുകൊണ്ട് ഏറ്റവും ശ്രദ്ധേയമായി മാറിയത്, ബോംബെയിലെ തൊഴിലാളികൾ നടത്തിയ സമരമാണ്; അവർ ബോംബെയിലെ സൈനിക കലാപത്തിന് തുറന്ന പിന്തുണ പ്രഖ്യാപിച്ചുകൊണ്ട് മുന്നോട്ടുവന്നു.

വിവിധ ധാരകൾ: ഗദ്ദർ പാർട്ടി, റവല്യൂഷണറി നാഷണലിസ്റ്റ്, കോൺഗ്രസ് സോഷ്യലിസ്റ്റ് പാർട്ടി

ഒക്ടോബർ വിപ്ലവത്തിന്റെയും സോവിയറ്റ് യൂണിയൻ സ്ഥാപിതമായതിന്റെയും മഹത്തായ സ്വാധീനം അദ്ധ്വാനിക്കുന്ന ജനങ്ങൾക്കിടയിൽ പ്രതീക്ഷയുണർത്തി. നിരവധി സന്ധിയില്ലാത്ത ഉശിരൻ സാമ്രാജ്യത്വവിരുദ്ധ പ്രസ്ഥാനങ്ങൾക്കും രാഷ്ട്രീയ സംവിധാനങ്ങൾക്കും അത് പ്രത്യാശനല്കി. ക്യാനഡയിലും അമേരിക്കയിലുമുള്ള പ്രവാസികൾചേർന്നുണ്ടായ ഗദ്ദർ പ്രസ്ഥാനം അതിൽപ്പെടുന്നു. പ്രധാനമായും പഞ്ചാബിൽ നിന്നുള്ള പ്രവാസികളുടെ ഈ സമരങ്ങൾ ക്രമേണ ഗദ്ദർ പാർട്ടിയുടെ രൂപീകരണത്തിലേക്കു നയിച്ചു. ഇന്ത്യയിലേക്കു തിരിച്ചുവന്ന മിക്ക ഗദ്ദർ പാർട്ടി പ്രവർത്തകരും കമ്യൂണിസ്റ്റുപാർട്ടിയിലേക്ക് ചേരുകയും, കൂടുതലും കിസാൻസഭയിലൂടെ തങ്ങളുടെ പാർട്ടി പ്രവർത്തനം നടത്തുകയും ചെയ്തു.

ഇതിന് തങ്ങളുടേതായ രഹസ്യ സംഘങ്ങളിലൂടെ ബ്രിട്ടീഷ് ഭരണത്തിനെതിരായി വ്യക്തിഗത സായുധ പ്രവർത്തനത്തിലേർപ്പെട്ടിരുന്ന വിപ്ലവകാരികളായ ദേശീയവാദികളുടെ ശ്രദ്ധയാകർഷിക്കാനായി. തുടർന്ന് ഈ വിപ്ലവകാരികളിലെ വലിയൊരു വിഭാഗം, കമ്യൂണിസ്റ്റ് പാർട്ടിയുടെ സന്ധിയില്ലാത്ത സാമ്രാജ്യത്വ വിരുദ്ധതയിൽ ആകൃഷ്ടരായി കടന്നുവന്നു. ഈ പ്രസ്ഥാനങ്ങൾക്കുള്ളിൽത്തന്നെ ഭഗത്സിങ്ങും കൂട്ടരും ചേർന്നുനയിച്ച ഹിന്ദുസ്ഥാൻ സോഷ്യലിസ്റ്റ് റിപ്പബ്ലിക്കൻ ആർമിയെ കേന്ദ്രമാക്കി ഒരു ആശയസമരം ഉയർന്നുവന്നു. സമാനമായി, ബംഗാളിലെയും പഞ്ചാബിലെയും വടക്കേ ഇന്ത്യയുടെ ഭാഗങ്ങളിലെയും ഗ്രൂപ്പുകൾ കമ്യൂണിസ്റ്റ് പാർട്ടിയിലേക്ക് ചേർന്നു.

മറ്റൊരു പ്രധാന സംഭവം കോൺഗ്രസ് സോഷ്യലിസ്റ്റ് പാർട്ടിയുടെ രൂപീകരണമായിരുന്നു. ദേശീയ പ്രസ്ഥാനത്തിലെ ഏറ്റവും പ്രധാനപ്പെട്ട രാഷ്ട്രീയ മുന്നണിയായി കോൺഗ്രസിനെ കണ്ടിരുന്ന, കോൺഗ്രസ് നേതൃത്വത്തിന്റെ സന്ധിചെയ്യൽ മനോഭാവത്തിൽ നിരാശരായ കോൺഗ്രസിലെ ഒരു വിഭാഗം കോൺഗ്രസ് സോഷ്യലിസ്റ്റ് പാർട്ടിക്ക് രൂപംകൊടുത്തു. ക്രമേണ സ്വാതന്ത്ര്യസമരത്തിൽ അദ്ധ്വാനിക്കുന്ന വർഗ്ഗത്തിന്റെ നേതൃത്വത്തിൽ അദ്ധ്വാനിക്കുന്ന ജനങ്ങളെ അണിനിരത്തേണ്ടതിന്റെ പ്രാധാന്യം സി എസ് പിയും തിരിച്ചറിഞ്ഞു; അവർ കമ്യൂണിസ്റ്റുകാരോട് അടുത്തു. അതേസമയം ഈ വിഷയത്തിന് ഊന്നൽനല്കുന്ന കാര്യത്തിൽ കമ്യൂണിസ്റ്റുകാരും സി എസ് പിയും തമ്മിൽ അടിസ്ഥാനപരമായ ഒരു

വ്യത്യാസമുണ്ടായിരുന്നു. ഒരു യാഥാർത്ഥ സാമ്രാജ്യത്വവിരുദ്ധ പ്രസ്ഥാനമായി കോൺഗ്രസിനെ പരിവർത്തിപ്പിക്കുന്നതിനുവേണ്ടി കോൺഗ്രസിനുള്ളിൽത്തന്നെ പ്രവർത്തിക്കുക എന്നതായിരുന്നു കോൺഗ്രസ് സോഷ്യലിസ്റ്റുകൾ ലക്ഷ്യമിട്ടിരുന്നത് എങ്കിൽ, കോൺഗ്രസുമായി യാതൊരുവിധ മൗലികമായ ഏറ്റുമുട്ടലും കൂടാതെ, തൊഴിലാളിവർഗ്ഗത്താൽ നയിക്കപ്പെടുന്ന അദ്ധ്വാനിക്കുന്ന ജനതയെ ഒരു സ്വതന്ത്ര രാഷ്ട്രീയ ശക്തിയായി വികസിപ്പിക്കുക എന്നതായിരുന്നു കമ്യൂണിസ്റ്റ് പാർട്ടിയുടെ അടിസ്ഥാന സമീപനം. ഈ പ്രവണത കോൺഗ്രസിനുള്ളിലും സി എസ് പിക്കുള്ളിലും കമ്യൂണിസ്റ്റ് പ്രവർത്തനമായി തുടർന്നുപോന്നു. എന്നാൽ, അവസാനം, കോൺഗ്രസ് സോഷ്യലിസ്റ്റ് പാർട്ടിയുടെ ഒരു വിഭാഗം പ്രധാന നേതാക്കൾകൂടി കമ്യൂണിസ്റ്റ് പാർട്ടിയുടെ ഭാഗമായിക്കൊണ്ടുള്ള ഒരു വിഭജനത്തിലേക്ക് ഇത് നയിച്ചു.

തങ്ങളുടേതായ സവിശേഷ ലക്ഷ്യം പിന്തുടരുമ്പോൾത്തന്നെ മറ്റ് ഉശിരൻ സാമ്രാജ്യത്വവിരുദ്ധ പ്രസ്ഥാനങ്ങളുമായി ചേർന്ന് പ്രവർത്തിക്കേണ്ടതിന്റെ പ്രാധാന്യവും കമ്യൂണിസ്റ്റ് പാർട്ടി തിരിച്ചറിഞ്ഞിരുന്നു; ദേശസ്നേഹികളുടെ ഒരു വിപുലമായ വിഭാഗത്തെ ചേർത്തുനിർത്താൻ ഇതിലൂടെ ഫലത്തിൽ സാദ്ധ്യമായി.

വിശാലാടിസ്ഥാനത്തിലുള്ള ബഹുജന സംഘടനകൾ

1920 ൽ സി പി ഐയുടെ രൂപീകരണത്തോടൊപ്പംതന്നെ ട്രേഡ്യൂണിയൻ സംഘടനയായ എ ഐ ടി യു സിയും അക്കൊല്ലം നിലവിൽവന്നു. ആദ്യഘട്ടത്തിൽ ചില പരിഷ്കരണവാദപരമായ പ്രവണതകൾ ഉണ്ടായിരുന്നതൊഴിച്ചാൽ, ഈ ട്രേഡ്യൂണിയനിൽ കമ്യൂണിസ്റ്റ് പാർട്ടിയുടെ പങ്കാളിത്തം, വിശാലാടിസ്ഥാനത്തിലുള്ള ഒരു ട്രേഡ്യൂണിയൻ വേദിക്ക് വഴിതെളിച്ചു.

മുപ്പതുകളിലെ വളർന്നുകൊണ്ടിരിക്കുന്ന ബഹുജന സമരങ്ങളുടെ വെളിച്ചത്തിൽ വിശാലാടിസ്ഥാനത്തിലുള്ള അഖിലേന്ത്യാ സംഘടനകളുടെ അനിവാര്യത അനുഭവപ്പെട്ടു. ഇത് 1936 ൽ അഖിലേന്ത്യാ കിസാൻസഭയുടെയും (AIKS) അഖിലേന്ത്യാ വിദ്യാർത്ഥി ഫെഡറേഷന്റെയും (AISF) പ്രോഗ്രസീവ് റൈറ്റേഴ്സ് അസോസിയേഷന്റെയും (PWA) രൂപീകരണത്തിലേക്കെത്തിച്ചു. ചുരുങ്ങിയ കാലംകൊണ്ട് ഈ വേദികളും സംഘടനകളും, ഈ അനുബന്ധ വിഭാഗങ്ങളിലെ ബൗദ്ധികരുടെ വളരെ കരുത്തുറ്റ ഏകീകൃത ഉപകരണങ്ങളായി മാറി. ഇവയെ നയിച്ചത് കമ്യൂണിസ്റ്റുകാരായിരുന്നു; അതിനാൽത്തന്നെ സവിശേഷമായ വർഗ്ഗ-ബഹുജന വിഷയങ്ങൾ ഏറ്റെടുക്കുന്നതിനായി ജനങ്ങളെ ഒന്നിച്ചണിനിരത്തുന്നതിനുള്ള കരുത്തുറ്റ ഉപാധികളാണിവയെന്ന് തെളിയിക്കപ്പെട്ടു. അവർ വിശാല വിഭാഗങ്ങളെ അണിനിരത്തിക്കൊണ്ട് സ്വാതന്ത്ര്യ പ്രസ്ഥാനത്തെ ശക്തിപ്പെടുത്തുന്നതിൽ പങ്കുവഹിക്കുകയും, ഒപ്പംതന്നെ ബ്രിട്ടീഷ് ഗവൺമെന്റ് പ്രോത്സാഹിപ്പിച്ച 'ഭിന്നിപ്പിച്ചു ഭരിക്കുക'യെന്ന

നയത്തിന്റെ പ്രവണതകൾക്കെതിരായ ഉരുക്കുകോട്ടയായി പ്രവർത്തിക്കുകയും ചെയ്തു.

യുദ്ധാനന്തര മുന്നേറ്റം

യുദ്ധകാലത്ത് (1939–45) തൊഴിലാളികൾക്കും കർഷകർക്കും ബഹുജനങ്ങൾക്കുമിടയിൽ നടത്തിയ തുടർച്ചയായ പ്രവർത്തനങ്ങൾ–ഈ കാലയളവിൽ അധികവും പാർട്ടി നിരോധിക്കപ്പെട്ടിരുന്നു എങ്കിലും അതിനെ മറികടന്ന് അനവധി മേഖലകളിൽ പാർട്ടി സംഘടന വിപുലീകൃതമാക്കപ്പെട്ടു. ബഹുജന സമരങ്ങളുടെ യുദ്ധാനന്തര മുന്നേറ്റത്തിൽ വ്യാവസായിക പണിമുടക്ക് പ്രവർത്തനങ്ങളിലും കർഷക സമരങ്ങളിലും വിദ്യാർത്ഥി പ്രക്ഷോഭങ്ങളിലും സി പി ഐയും ബഹുജന സംഘടനകളും വലിയ പങ്കുവഹിച്ചു. നാവിക കലാപത്തെ പിന്തുണച്ചും ഐ എ ൻ എ തടവുകാരെ വിട്ടയയ്ക്കുന്നതിനുവേണ്ടിയും നടത്തിയ രാഷ്ട്രീയ ഇടപെടലുകൾ കമ്യൂണിസ്റ്റുകാരുടെ പ്രധാന പങ്ക് വ്യക്തമാക്കുന്നു. അത് അധികാര കൈമാറ്റത്തെയും ബ്രിട്ടീഷുകാർ ഇന്ത്യ വിടുന്നതിനെയും ത്വരിതപ്പെടുത്തി.

ജനങ്ങളുടെ ഐക്യവും ജനാധിപത്യ മതനിരപേക്ഷ ബദലും

ഇന്ന് നാം നേരിടുന്ന വെല്ലുവിളികൾ അഭൂതപൂർവ്വമായതാണ്. കമ്യൂണിസ്റ്റുകാർക്ക് പ്രചോദനമേകിയ വീക്ഷണവും സ്വാതന്ത്ര്യസമരത്തിലെ അവരുടെ പങ്കാളിത്തവും ബൃഹത്തായ ത്യാഗങ്ങളും, ഒരു ആധുനിക പുരോഗമന കാഴ്ചപ്പാടോടുകൂടിയ ജനാധിപത്യ മതനിരപേക്ഷ റിപ്പബ്ലിക്കായി സംഘടിപ്പിക്കപ്പെട്ട ഒരു സ്വതന്ത്ര ഇന്ത്യയ്ക്കുവേണ്ടിയായിരുന്നു. ഇതിൽനിന്ന് വ്യത്യസ്തമായി രാജ്യത്തിന്റെ സ്വാതന്ത്ര്യ സമരത്തിൽ യാതൊരു പങ്കും അവകാശപ്പെടാനില്ലാത്ത, ചരിത്രപ്രധാനമായ ആ സമരത്തിൽ ജനങ്ങളുടെ ഐക്യത്തെ ഇല്ലാതാക്കുന്നതിനുവേണ്ടി നിരന്തരം പ്രവർത്തിച്ച ശക്തികൾ അവരുടെ പദ്ധതികൾക്കെതിരായ പ്രധാന ഭീഷണിയായി കമ്യൂണിസ്റ്റുകാരെ കാണുന്നു. അതുകൊണ്ടുതന്നെ, സ്വാതന്ത്ര്യസമരത്തിലെ നമ്മുടെ പങ്കിന്റെ കാര്യത്തിലും മഹത്തായ ആ പാരമ്പര്യത്തിൽനിന്നും മുളപൊട്ടിയ ഭരണഘടനാ മൂല്യങ്ങളുടെ കാര്യത്തിലും വിട്ടുവീഴ്ചയില്ലാത്ത പ്രതിരോധം തീർത്തുകൊണ്ടുമാത്രമേ കമ്യൂണിസ്റ്റ് പാർട്ടിയുടെ രൂപീകരണത്തിന്റെ നൂറാം വാർഷികം അർത്ഥപൂർണ്ണമാക്കാൻ സാധിക്കൂ.

കമ്യൂണിസ്റ്റുകാരും തൊഴിലാളിവർഗ്ഗപ്രസ്ഥാനവും

കെ ഹേമലത

നമ്മുടെ രാജ്യത്തെ കമ്യൂണിസ്റ്റ് പ്രസ്ഥാനവും സംഘടിത ട്രേഡ് യൂണിയൻ പ്രസ്ഥാനവും ഒരേപോലെ അവയുടെ രൂപീകരണത്തിന്റെ 100–ാം വാർഷികം ആഘോഷിക്കുകയാണെന്നത് കേവലം യാദൃച്ഛികമല്ല. ഈ രണ്ട് സംഭവങ്ങൾക്കും പ്രചോദനമായത് 1917 ൽ മഹത്തായ ഒക്ടോബർ സോഷ്യലിസ്റ്റ് വിപ്ലവത്തെ തുടർന്ന് റഷ്യയിൽ ആദ്യമായി തൊഴിലാളികളുടെ ഭരണകൂടം സ്ഥാപിച്ചതാണ്. മാർക്സിസം–ലെനിനിസത്തിന്റെയും തൊഴിലാളിവർഗത്തിന്റെ നേതൃത്വത്തിൽ സാമൂഹിക മോചനം സംബന്ധിച്ച അതിന്റെ സിദ്ധാന്തത്തിന്റെയും മാർഗ്ഗദർശനമനുസരിച്ച് മുസഫർ അഹമ്മദിനെയും ശിങ്കാരവേലു ചെട്ടിയാരെയും എസ് എ ഡാങ്കെയെയും ഗുലാം ഹുസൈനെയും പോലെയുള്ള ആദ്യകാല കമ്യൂണിസ്റ്റു നേതാക്കൾ ആദ്യനാളുകൾ മുതൽ തൊഴിലാളിവർഗ്ഗത്തെ സംഘടിപ്പിക്കുകയെന്ന കടമയിൽ ഏർപ്പെട്ടു. ഈ രണ്ട് പ്രസ്ഥാനങ്ങളുടെയും സമാന്തരമായ വളർച്ച കല്ക്കത്തയെയും മദ്രാസിനെയും ബോംബെയെയും ലാഹോറിനെയും കാൺപൂരിനെയുംപോലെയുള്ള ആ കാലഘട്ടത്തിൽ പുതുതായി ഉയർന്നുവന്ന വ്യാവസായിക കേന്ദ്രങ്ങൾ സംഘടിത തൊഴിലാളിവർഗ്ഗത്തിന്റെയും പുതുതായി പിറവിയെടുത്ത വിവിധ കമ്യൂണിസ്റ്റ് ഗ്രൂപ്പുകളുടെയും ശക്തികേന്ദ്രങ്ങളായി പരിഗണിക്കപ്പെട്ടു.

കമ്യൂണിസ്റ്റ് പ്രസ്ഥാനത്തിന്റെ സ്ഥാപകരുടെ മുൻകൈയിലാണ് നമ്മുടെ രാജ്യത്ത് ആദ്യമായി മെയ്ദിനം ആചരിച്ചത്. 1923 മെയ് ഒന്നിന് മദ്രാസിൽ ശിങ്കാരവേലു ചെട്ടിയാർ ചെങ്കൊടി ഉയർത്തുകയും ലേബർ കിസാൻ പാർട്ടിക്ക് തുടക്കംകുറിക്കുകയും ചെയ്തു. ഗാന്ധിജിക്ക് എഴുതിയ ഒരു കത്തിൽ ചെട്ടിയാർ പരസ്യമായി തന്റെ കമ്യൂണിസ്റ്റ് ചിന്താഗതി പ്രകടിപ്പിച്ചു; ഭൂമിയും സുപ്രധാന വ്യവസായങ്ങളും പൊതു നിയ

ന്ത്രണത്തിൽ കൊണ്ടുവരണമെന്നും രാജ്യത്തെ തൊഴിലാളികളുടെയാകെ പൊതുവായ നേട്ടത്തിനായി ഉപയോഗിക്കണമെന്നും ആ കത്തിൽ അദ്ദേഹം രേഖപ്പെടുത്തി. ഇതായിരിക്കണം സ്വാതന്ത്ര്യത്തിന്റെ യഥാർത്ഥ അർത്ഥമെന്നും അദ്ദേഹം പ്രസ്താവിച്ചു. സാമ്പത്തിക ക്ഷേമത്തെയും തൊഴിലാളിവർഗ്ഗത്തിന്റെ അവകാശ സംരക്ഷണത്തെയും സ്വാതന്ത്ര്യത്തിനായുള്ള നമ്മുടെ സമരത്തിലെ പ്രധാന ഘടകമെന്ന നിലയിൽ ബന്ധിപ്പിക്കുകയെന്ന ആശയംതന്നെ കമ്യൂണിസ്റ്റ് പ്രസ്ഥാനത്തിന്റെ സംഭാവനയാണ്. കമ്യൂണിസ്റ്റുകാർ നിരവധി പത്രങ്ങളും ആനുകാലികങ്ങളും ആരംഭിച്ചു; തൊഴിലാളിവർഗ്ഗം നേരിടുന്ന പ്രശ്നങ്ങളെ സംബന്ധിച്ച റിപ്പോർട്ടുകൾക്കും സാമ്പത്തികവും രാഷ്ട്രീയവുമായ മോചനത്തെ സംബന്ധിച്ച അവരുടെ ആശയങ്ങളുടെ പ്രചരണത്തിനും അവയിൽ വളരെ വലിയ പ്രാധാന്യം നല്കി.

കമ്യൂണിസ്റ്റുകാർ തൊഴിലാളി ഐക്യത്തിനും വർഗ്ഗസമരത്തിനും വേണ്ടി വാദിക്കുമ്പോൾ അതേസമയം ഗാന്ധിജി തൊഴിലാളികളും വ്യവസായികളും തമ്മിൽ, (അദ്ദേഹത്തിന്റെ അഭിപ്രായത്തിൽ വ്യവസായികളെന്നാൽ ട്രസ്റ്റികളാണ്) തൊഴിലാളികളുടെ സങ്കട പരിഹാരത്തിനായുള്ള മദ്ധ്യസ്ഥതയെക്കുറിച്ച് സംസാരിക്കുകയായിരുന്നു. ബൂർഷ്വാസിയുടെ താല്പര്യങ്ങൾ പ്രതിനിധാനംചെയ്തിരുന്ന ഗാന്ധിജി വർഗ്ഗസമരത്തിൽ വിശ്വസിച്ചിരുന്നില്ല; തൊഴിലാളികളും തൊഴിലുടമകളും 'പങ്കാളികളാ'ണ് എന്നാണ് അദ്ദേഹം കണക്കാക്കിയത്. ട്രേഡ്യൂണിയനുകൾ പണിമുടക്കുകൾ സംഘടിപ്പിക്കാനോ സമരങ്ങൾ നടത്താനോ പാടില്ലെന്നായിരുന്നു അദ്ദേഹം ചിന്തിച്ചത്; മറിച്ച് അവ, 'സൃഷ്ടിപരമായ പ്രവർത്തന'ത്തിൽ ഏർപ്പെടുകയാണ് വേണ്ടത്. ഈ കാരണത്താലാണ് ഗാന്ധിജി ട്രേഡ്യൂണിയനുകളുടെ അഖിലേന്ത്യാ സംഘടന രൂപീകരിക്കുന്നതിന് എതിരായിരുന്നത്. ഇന്ത്യൻ നാഷണൽ കോൺഗ്രസിന്റെ നേതാക്കളിൽ ഏറെപേരും ബൂർഷ്വാവർഗ്ഗത്തിൽനിന്നും വന്നവരായിരുന്നു. സ്വാഭാവികമായും ഗാന്ധിജിയുടെ ഈ കാഴ്ചപ്പാടുകൾ അവരും സ്വീകരിച്ചു; ആയതിനാൽ നിരവധി ട്രേഡ്യൂണിയനുകളിൽ ഉൾപ്പെട്ടിരുന്നുവെങ്കിലും തൊഴിലാളിവർഗ്ഗത്തെ തീവ്ര പരിഷ്കരണവാദികളാക്കുന്നതിനോട് അദ്ദേഹത്തിന് യോജിപ്പില്ലായിരുന്നു.

ഈ പരിഷ്കരണവാദപരമായ ശീലങ്ങളിൽനിന്ന് വ്യത്യസ്തമായി കമ്യൂണിസ്റ്റ് പാർട്ടി വിവിധ കോൺഗ്രസ് സമ്മേളനങ്ങളിലെ പ്രതിനിധികളെ അഭിസംബോധനചെയ്ത് തയ്യാറാക്കിയ മാനിഫെസ്റ്റോയിലൂടെ തങ്ങളുടെ കാഴ്ചപ്പാട് സംശയരഹിതമായി അവതരിപ്പിച്ചിരുന്നു. ഉദാഹരണത്തിന്, കോൺഗ്രസിന്റെ അഹമ്മദാബാദ് സമ്മേളനത്തിലവതരിപ്പിച്ച (1921) മാനിഫെസ്റ്റോയിൽ ഇങ്ങനെ പ്രസ്താവിച്ചു:

> ദേശീയ സ്വാതന്ത്ര്യം തന്റെ കഷ്ടപ്പാടുകൾക്ക് അറുതിവരുത്തുമെന്ന് ഫാക്ടറികളിലോ പാടങ്ങളിലോ അദ്ധ്വാനിക്കുന്ന മനുഷ്യ

> രെ എങ്ങനെയാണ് ബോദ്ധ്യപ്പെടുത്താനാവുക... അവരുടെ ഭൗതിക സാഹചര്യങ്ങൾ മെച്ചപ്പെടുത്തുന്നതായിരിക്കും സ്വാതന്ത്ര്യം എന്ന് അവരെ ബോദ്ധ്യപ്പെടുത്തിയാലേ അവരെ അതിനായുള്ള പോരാട്ടത്തിലേക്ക് നയിക്കാനാകൂ... നഗരങ്ങളിലെ തൊഴിലാളികൾ കൂടുതൽ ഉയർന്ന കൂലിയും കുറഞ്ഞ തൊഴിൽ സമയവും മെച്ചപ്പെട്ട ജീവിത സാഹചര്യങ്ങളും ആവശ്യപ്പെടുന്നു... അവർ സാമൂഹികവും സാമ്പത്തികവുമായ ചൂഷണത്തിനെതിരെ കലാപം ചെയ്യുന്നു; അവരെ സംബന്ധിച്ചിടത്തോളം അവരെ ചൂഷണംചെയ്യുന്നയാൾ ഏത് ദേശീയ വിഭാഗത്തിൽ ഉൾപ്പെടുന്നുവെന്ന കാര്യം അവരിൽ ഒരു വ്യത്യാസവും ഉണ്ടാക്കുന്നില്ല...

കോൺഗ്രസിന്റെ ഗയ സമ്മേളനത്തെ (1922) അഭിസംബോധന ചെയ്ത മാനിഫെസ്റ്റോയിൽ സമ്പൂർണ്ണ സ്വാതന്ത്ര്യത്തിനായി ആഹ്വാനംചെയ്തുകൊണ്ട് കമ്യൂണിസ്റ്റ്പാർട്ടി 'ദേശീയ വിമോചനത്തിന്റെയും പുനർ നിർമ്മാണത്തിന്റെയും പരിപാടി' വിശദമായി വിവരിച്ചു. സർക്കാർ സഹായത്തോടെ ആധുനിക വ്യവസായങ്ങൾ സ്ഥാപിക്കുന്നതിനും സംഘടിക്കാനും പണിമുടക്കാനുമുള്ള അവകാശം ഉൾപ്പെടെ തൊഴിലാളി വർഗ്ഗത്തിന്റെ വിവിധ അവകാശങ്ങൾക്കും വേണ്ടി അത് വാദിച്ചു. പ്രവർത്തന പദ്ധതിയിൽ പാർട്ടി തൊഴിലാളി യൂണിയനുകൾക്ക് അംഗീകാരം നേടുന്നതിനും പണിമുടക്കാനും എട്ടുമണിക്കൂർ ജോലി സമയത്തിനും മിനിമം വേതനത്തിനും മെച്ചപ്പെട്ട പാർപ്പിടത്തിനുമുള്ള തൊഴിലാളിയുടെ അവകാശത്തിനായി സമരങ്ങൾക്ക് ആഹ്വാനംചെയ്തു. ഗയ കോൺഗ്രസിനുള്ള ഈ മാനിഫെസ്റ്റോയെ ബ്രിട്ടീഷ് പൊലീസ് കാൺപൂർ ബോൾഷെവിക് ഗൂഢാലോചനക്കേസിൽ (1924) കമ്യൂണിസ്റ്റുപാർട്ടിയുടെ നേതാക്കൾക്കതിരെയുള്ള പ്രധാനപ്പെട്ട തെളിവായി ഉദ്ധരിച്ചു.

പാർട്ടിയുടെ തൊഴിലാളിവർഗ്ഗ സ്വഭാവത്തിന് ഊന്നൽനല്കിക്കൊണ്ട്, കമ്യൂണിസ്റ്റ്പാർട്ടിയുടെ അംഗമായി മാറാൻ ആഗ്രഹിക്കുന്നവർ ഒരു പ്രഖ്യാപനത്തിൽ (1925) ഒപ്പുവയ്ക്കണമെന്ന നിബന്ധന ഏർപ്പെടുത്തിയിരുന്നു; ആ പ്രഖ്യാപനത്തിൽ ഇങ്ങനെ പ്രസ്താവിച്ചിരുന്നു:

> പാർട്ടിയുടെ അടിയന്തര ലക്ഷ്യവുമായി (അവർ) പൂർണ്ണമായി യോജിക്കുന്നു; ഭൂമി, ഖനികൾ, ഫാക്ടറികൾ, പാർപ്പിടങ്ങൾ, ടെലഗ്രാഫ്, ടെലിഫോൺ, റെയിൽവെ, പൊതു ഉടമസ്ഥത ആവശ്യമുള്ള ഇത്തരം മറ്റു പൊതു സേവനത്തുറകൾ എന്നിവയെല്ലാം ദേശസാല്ക്കരിച്ചുകൊണ്ട് തൊഴിലാളികൾക്കും കൃഷിക്കാർക്കും ജീവിക്കാൻ വേണ്ട വേതനം നേടിയെടുക്കലാണ് പാർട്ടിയുടെ അടിയന്തര ലക്ഷ്യം.

തൊഴിലാളികളെ സംഘടിപ്പിക്കുന്നതിൽ കമ്യൂണിസ്റ്റുകാർ വഹിച്ച സജീവമായ പങ്കുമൂലം എസ് വി ഘാട്ടെ എ ഐ ടി യു സിയുടെ ഔ

ദ്യോഗിക ഭാരവാഹിയായി തിരഞ്ഞെടുക്കപ്പെട്ട ആദ്യത്തെ കമ്മ്യൂണിസ്റ്റുകാരനായി. അതിനുശേഷം പ്രധാന ഔദ്യോഗിക ഭാരവാഹികളിൽ ഒരാളായി കമ്മ്യൂണിസ്റ്റുകാരനെ തെരഞ്ഞെടുക്കാത്ത എ ഐ ടി യു സിയുടെ ഒരു സമ്മേളനവും ഉണ്ടായിട്ടില്ല. 1921 ൽ എ ഐ ടി യു സിയുടെ വൈസ് പ്രസിഡന്റായിരുന്നു മുസാഫർ അഹമ്മദ്; 1943 ൽ എസ് എ ഡാങ്കെ അതിന്റെ പ്രസിഡന്റായി തെരഞ്ഞെടുക്കപ്പെട്ടു; തൊഴിലാളിവർഗ്ഗത്തിനിടയിൽ കമ്മ്യൂണിസ്റ്റുകാർ നടത്തിയ പ്രവർത്തനത്തിന്റെ പ്രതിഫലനമായിരുന്നു അത്. തൊഴിലാളിവർഗ്ഗത്തെ സംഘടിപ്പിക്കുന്നതിൽ കമ്മ്യൂണിസ്റ്റുകാർ വഹിച്ച പങ്കിനെ ബ്രിട്ടീഷ് ഗവൺമെന്റുപോലും 'അംഗീകരിച്ചു'. മീററ്റ് ഗൂഢാലോചനക്കേസിലെ (1929) വിധിന്യായത്തിൽ അഡീഷണൽ സെഷൻസ് ജഡ്ജി പ്രസ്താവിച്ചത്, കുറ്റാരോപിതരുടെ 'മുഖ്യ നേട്ടങ്ങൾ തൊഴിലാളി-കർഷക പാർട്ടികൾ സ്ഥാപിച്ചതായിരുന്നു'വെന്നും ബോംബെയിലെ ടെക്സ്റ്റൈൽ വ്യവസായത്തിലെ തൊഴിലാളികൾക്കുമേലുള്ള അവരുടെ സ്വാധീനം 1928 ലെ പണിമുടക്കുകാലത്ത് അവർ നടപ്പാക്കിയ നിയന്ത്രണത്തിന്റെ വ്യാപ്തിയിൽ തന്നെ പ്രകടമാണെന്നും ഗിർണി കാംഗാർ യൂണിയനിൽ സമഗ്രമായി വിപ്ലവ നയം മുന്നോട്ടുവച്ചതിലാണ് അവർ കൈവരിച്ച വിജയം കാണാനാവുന്നതെന്നും; പക്ഷേ, പണിമുടക്കിനുശേഷം അത് അവസാനിച്ചുവെന്നുമാണ്.

തൊഴിലാളിവർഗ്ഗത്തിനിടയിലെ കമ്മ്യൂണിസ്റ്റുകാരുടെ സജീവമായ ഇടപെടലും അവരുടെ വിപ്ലവപരമായ ആശയങ്ങൾ പ്രചരിപ്പിച്ചതും ട്രേഡ് യൂണിയനുകൾക്കുമേലുള്ള പരിഷ്കരണവാദികളുടെ പിടി ദുർബ്ബലമാക്കി. ഒരു വ്യവസായത്തിൽ ഒരൊറ്റ യൂണിയൻ എന്ന വിശ്വാസമായിരുന്നു കമ്മ്യൂണിസ്റ്റുകാർക്കുണ്ടായിരുന്നതെങ്കിലും പരിഷ്കരണവാദവും വിപ്ലവനയവും തമ്മിലുള്ള പോരാട്ടം ട്രേഡ്‌യൂണിയൻ പ്രസ്ഥാനത്തിൽ നിരവധി ഭിന്നിപ്പുകൾക്കിടയാക്കി. വർഗ്ഗ സമരങ്ങൾ മൂർച്ഛിപ്പിക്കുന്നതിനും നമ്മുടെ സമൂഹത്തിൽ വിപ്ലവപരമായ പരിവർത്തനം കൊണ്ടുവരുന്നതിനുംവേണ്ടി പ്രവർത്തിക്കുന്നതിനുപകരം പരിഷ്കരണവാദി നേതൃത്വം വർഗ്ഗ സഹകരണ നിലപാടുകളായാണ് കൈക്കൊണ്ടത്. ബൂർഷ്വാസിയുടെ നേതൃത്വം സ്വീകരിച്ച അവർ തൊഴിലാളിവർഗ്ഗ പ്രസ്ഥാനത്തെ ഭരണവർഗ്ഗ രാഷ്ട്രീയത്തിന്റെയും നയങ്ങളുടെയും വാലിൽ കെട്ടിയിടാനാണ് ശ്രമിച്ചത്; അതുകൊണ്ടുതന്നെ അവർക്ക് തൊഴിലാളിവർഗ്ഗ ഐക്യം ശക്തിപ്പെടുത്തുന്നതിൽ താല്പര്യമുണ്ടായിരുന്നില്ല.

തൊഴിലാളിവർഗ്ഗ പ്രസ്ഥാനത്തിലെ ഇത്തരം പരിഷ്കരണവാദ പ്രവണതകളോട് പൊരുതേണ്ടതിന്റെയും ഒപ്പം തൊഴിലാളിവർഗ്ഗത്തിന്റെ പരമാവധി ഐക്യത്തിനുവേണ്ടി പരിശ്രമിക്കേണ്ടതിന്റെയും ആവശ്യകത വിശദീകരിച്ചുകൊണ്ട് ബി ടി രണദിവെ ഇങ്ങനെ പ്രസ്താവിച്ചു;

തൊഴിലാളിവർഗ്ഗ ഐക്യവും തൊഴിലാളിവർഗ്ഗ സമരവും ദൈ

> നംദിന സമരത്തിൽ പരിഷ്കരണവാദ അട്ടിമറിക്കെതിരായ പോരാട്ടവും–ഇവ മൂന്നും ഒരുമിച്ച് കൊണ്ടുപോകേണ്ടതാണ്.... ട്രേഡ് യൂണിയനുകളിലെ പരിഷ്കരണവാദ നടപടികൾക്കെതിരായ പോരാട്ടത്തെ തൊഴിലാളിവർഗ്ഗത്തിന്റെ സമര ഐക്യത്തിനായുള്ള വളർന്നുവരുന്ന പോരാട്ടത്തോട് കൂട്ടിയോജിപ്പിക്കേണ്ടതാണ്, ഇവ രണ്ടിനെയും വേർപിരിക്കാനാവില്ല. ഇവ രണ്ടിനെയും വേർതിരിച്ചു കഴിഞ്ഞാൽ, അതോടെ നിങ്ങളുടെ കഥ കഴിഞ്ഞു.

തൊഴിലാളിവർഗ്ഗ സമരങ്ങളിൽ കമ്മ്യൂണിസ്റ്റുകാരുടെ പങ്കാളിത്തം ട്രേഡ് യൂണിയനുകളുടെ കാഴ്ചപ്പാട് വിശാലമാക്കുന്നതിനും സാമൂഹിക പ്രശ്നങ്ങൾകൂടി അഭിസംബോധനചെയ്യുന്നതിനും ഇടയാക്കി. കമ്യൂണിസ്റ്റുകാരുടെ പരിശ്രമങ്ങൾമൂലമാണ് ദളിതരും ദളിത് ഇതരരുമായ തൊഴിലാളികളും മുസ്ലീങ്ങളും ഹിന്ദുക്കളുമായ തൊഴിലാളികളുമെല്ലാം തങ്ങളുടെ ജാതിയുടെയും മതത്തിന്റെയും വേലിക്കെട്ടുകൾ മറന്ന് അവകാശങ്ങൾക്കായി ഒറ്റക്കെട്ടായിനിന്ന് പൊരുതിയത്. ഇത്തരം സമരങ്ങളിലൂടെയാണ് ഒട്ടേറെ ദളിതർ ആവേശഭരിതരാവുകയും കമ്യൂണിസ്റ്റുപ്രസ്ഥാനത്തിൽ അണിചേരുകയും ചെയ്തത്.

കമ്യൂണിസ്റ്റുകാർ സ്ത്രീ തൊഴിലാളികളുടെ അവകാശങ്ങളുടെ വക്താക്കളാവുകയും അവരുടെ തുല്യതയ്ക്കായി നിലപാടെടുക്കുകയും ചെയ്തു. മീററ്റ് ഗൂഢാലോചനക്കേസിലെ കുറ്റാരോപിതരായ കമ്യൂണിസ്റ്റുകാരുടെ പൊതു പ്രസ്താവനയിൽ അവർ വ്യക്തമായും ഇങ്ങനെ പ്രസ്താവിച്ചു: ''സ്ത്രീകളെ കീഴ്പ്പെടുത്തലും ചൂഷണംചെയ്യലും കീഴ്പ്പെടുത്തലിന്റെയും ചൂഷണംചെയ്യലിന്റെയും ഒരു വശം മാത്രമാണ്... അതിന് പരിഹാരം കാണേണ്ടത് വർഗ്ഗപരമായിട്ടാണ്; ലിംഗപരമായിട്ടല്ല.'' തുല്യ ജോലിക്ക് തുല്യകൂലി, പൂർണ്ണ ശമ്പളത്തോടുകൂടി നാലുമാസത്തെ പ്രസവാവധി, തൊഴിലിടങ്ങളിൽ ക്രെഷെകൾ സ്ഥാപിക്കൽ, മുലയൂട്ടുന്ന അമ്മമാർക്ക് ജോലി സമയത്തിൽ ഇളവ് എന്നീ ആവശ്യങ്ങൾ ആദ്യമായി മുന്നോട്ടുവച്ചത് കമ്യൂണിസ്റ്റുകാരാണ്.

നിർബ്ബന്ധിത കരാർ ജോലി പൂർണ്ണമായും ഒഴിവാക്കണമെന്നാവശ്യപ്പെട്ടത് കമ്യൂണിസ്റ്റുപാർട്ടിയാണ്. ഇടത്തട്ടുകാരിലൂടെ തൊഴിലാളികളെ നിയമിക്കുന്ന സമ്പ്രദായത്തെയും കമ്യൂണിസ്റ്റുപാർട്ടി എതിർത്തു. തൊഴിലാളികളെ ജോലിക്ക് നിയമിക്കുന്നതും പിരിച്ചുവിടുന്നതും ട്രേഡ്യൂണിയനുകൾ നിയന്ത്രിക്കുന്നതും അവയ്ക്ക് മേൽനോട്ടമുള്ളതുമായ ലേബർ എക്സ്ചേഞ്ചുകളിലൂടെ ആയിരിക്കണമെന്നും കമ്യൂണിസ്റ്റുപാർട്ടി ആവശ്യപ്പെട്ടു. കരട് പ്രവർത്തന പരിപാടി മുതൽതന്നെ (1931) കമ്യൂണിസ്റ്റുപാർട്ടി ''പ്രസംഗം, വിശ്വാസം, പത്രം, യോഗം ചേരൽ, പണിമുടക്കുകൾ, തൊഴിലെടുക്കുന്നവരുടെ സംഘംചേരൽ എന്നിവയ്ക്കുള്ള സ്വാതന്ത്ര്യത്തിനായും എല്ലാ ജനവിരുദ്ധ–തൊഴിലാളിവിരുദ്ധ നിയമങ്ങളും ഇല്ലാതാക്കണമെന്നും (തൊഴിൽ തർക്ക നിയമം, പിക്കറ്റിങ് നിരോധി

ക്കൽ, വിപ്ലവകാരികളായ തൊഴിലാളികളെ നാടുകടത്താനുള്ള ചട്ടങ്ങൾ, പത്രമാരണ നിയമം തുടങ്ങിയവ)'' നിരന്തരം ആവശ്യപ്പെട്ടുകൊണ്ടിരുന്നു.

തൊഴിലാളിവർഗ്ഗ സമരങ്ങളുടെ സമ്മർദ്ദത്തിനു വഴങ്ങിയ കോൺഗ്രസ് പാർട്ടി 1930 കൾക്കുശേഷം തിരഞ്ഞെടുപ്പ് മാനിഫെസ്റ്റോകളിൽ ഈ ആവശ്യങ്ങളിൽ പലതും ഉൾപ്പെടുത്താൻ നിർബ്ബന്ധിതമായി. തിരഞ്ഞെടുക്കപ്പെട്ടശേഷം, കോൺഗ്രസ് എപ്പോഴും തൊഴിലാളിവർഗ്ഗത്തെ വഞ്ചിച്ചിട്ടേയുള്ളൂ; അതിനെല്ലാം ഉപരിയായി, പൊലീസിനെയും ഭരണകൂട സംവിധാനങ്ങളെയും ഉപയോഗിച്ച് ഈ സമരങ്ങളെ അടിച്ചമർത്താൻപോലും കോൺഗ്രസ് ശ്രമിച്ചു.

കോൺഗ്രസിന്റെ ഈ വർഗ്ഗ സമീപനം മൂലമാണ് സ്വാതന്ത്ര്യത്തിനുശേഷം ദശകങ്ങൾ കഴിഞ്ഞിട്ടും ഈ ആവശ്യങ്ങൾ പൂർത്തീകരിക്കപ്പെടാതെ തുടരുന്നത്. കോൺഗ്രസ് ഗവൺമെന്റുകളും പിന്നീട് ബി ജെ പി നേതൃത്വത്തിലുള്ള ഗവൺമെന്റുകളും തൊഴിലാളികളുടെ പ്രശ്നങ്ങൾക്ക് ശമനം കാണാനുള്ള നടപടികളെടുക്കുന്നതിനുപകരം നവലിബറൽ സാമ്പത്തികനയങ്ങൾ നടപ്പാക്കിയതിലൂടെ പ്രശ്നങ്ങൾ രൂക്ഷമാക്കുകയാണുണ്ടായത്. ആറുവർഷങ്ങൾക്കുമുമ്പ് ബി ജെ പി ഗവൺമെന്റ് വന്നതോടെ തൊഴിലാളിവർഗ്ഗത്തിനുമേലുള്ള ആക്രമണങ്ങൾ അഭൂതപൂർവ്വമായവിധത്തിൽ തീവ്രമായിരിക്കുകയാണ്.

മുതലാളിവർഗ്ഗത്തിന്റെ ലാഭം പരമാവധിയാക്കലിനുവേണ്ടി, മോദി ഗവൺമെന്റ് തൊഴിലാളിവർഗ്ഗത്തിനുമേലും അവർ പൊരുതി നേടിയ അവകാശങ്ങൾക്കുമേലും അഭൂതപൂർവ്വമായ കടന്നാക്രമണമാണ് അഴിച്ചുവിട്ടത്. തൊഴിലാളിവർഗ്ഗ പ്രസ്ഥാനത്തെ ദുർബ്ബലപ്പെടുത്താനായി മോദി ഗവൺമെന്റ് നിലവിലുള്ള തൊഴിൽ നിയമങ്ങൾ മാറ്റി; ട്രേഡ്യൂണിയനുകൾ രൂപീകരിക്കുന്നത് തടയുന്നു; പണിമുടക്കാനുള്ള അവരുടെ അവകാശം നിഷേധിക്കുന്നു. നവലിബറൽ പരിഷ്കാരങ്ങളുടെ സങ്കേതം മഹാമാരിയുടെകാലത്ത് സ്വേച്ഛാധിപത്യരീതിയിൽ അടിച്ചേല്പിച്ചുകൊണ്ടിരിക്കുകയാണ്.

തൊഴിലാളിവർഗ്ഗ പ്രസ്ഥാനത്തിന്റെ അനുഭവം നമ്മെ പഠിപ്പിക്കുന്നത്, ഭരണവർഗ്ഗങ്ങളുടെ കടന്നാക്രമണങ്ങളെ തൊഴിലാളിവർഗ്ഗത്തിനിടയിൽ പരമാവധി ഐക്യം കെട്ടിപ്പടുത്തുകൊണ്ടു മാത്രമെ പരാജയപ്പെടുത്താൻ കഴിയൂവെന്നാണ്. ഭരണവർഗ്ഗങ്ങൾ ജാതിയുടെയും മതത്തിന്റെയും മറ്റും അടിസ്ഥാനത്തിൽ തൊഴിലാളിവർഗ്ഗത്തെ ഭിന്നിപ്പിക്കാൻ ശ്രമിച്ചുകൊണ്ട് തൊഴിലാളിവർഗ്ഗ ഐക്യം തകർക്കാൻ തങ്ങളാലാവുംവിധമെല്ലാം ശ്രമിച്ചുകൊണ്ടിരിക്കുമ്പോൾ കമ്യൂണിസ്റ്റുകാർ തൊഴിലാളിവർഗ്ഗത്തെ ഒന്നിപ്പിക്കാനും ഈ വിഭാഗീയ രാഷ്ട്രീയത്തെ എതിർക്കാനുമുള്ള നടപടികളാണ് സ്വീകരിക്കുന്നത്. ഭരണവർഗ്ഗങ്ങളുടെ ആക്രമണങ്ങളെ സംയുക്തമായി ചെറുക്കുന്നതിനുവേണ്ടി നിരവധി സംയുക്ത ട്രേഡ്യൂണിയൻ ഏകോപനസമിതികൾ രൂപീകരിക്കപ്പെട്ടു.

1964 ൽ അംഗീകരിച്ചതും പിന്നീട് 2000 ത്തിൽ കാലോചിതമാക്കിയതുമായ കമ്യൂണിസ്റ്റുപാർട്ടി ഓഫ് ഇന്ത്യ (മാർക്സിസ്റ്റ്)യുടെ പരിപാടി പ്രസ്താവിക്കുന്നത്, തൊഴിലാളിവർഗ്ഗത്തിന്റെയും കർഷക ജനതയുടെയും ദൃഢമായ ഐക്യത്തിലൂടെ മാത്രമേ നമ്മുടെ സമൂഹത്തിന്റെ വിപ്ലവ പരിവർത്തനം സാദ്ധ്യമാകൂ എന്നാണ്. തൊഴിലാളിവർഗ്ഗ നേതൃത്വത്തിന്റെയും അതിന്റെ രാഷ്ട്രീയ പാർട്ടിയുടെയും പ്രാധാന്യത്തെക്കുറിച്ച് കൂടുതൽ വിശദീകരിച്ചുകൊണ്ട് സി പി ഐ (എം) പരിപാടി ഇങ്ങനെ പ്രസ്താവിക്കുന്നു. “ചരിത്രപരമായി തൊഴിലാളിവർഗ്ഗമല്ലാതെ ആധുനിക സമൂഹത്തിൽ മറ്റൊരു വർഗ്ഗവും ഈ പങ്ക് നിറവേറ്റാൻ വിധിക്കപ്പെട്ടതായിട്ടില്ല; നമ്മുടെ കാലഘട്ടത്തിന്റെയാകെ അനുഭവം കൃത്യമായും ഈ സത്യംതന്നെയാണ് പ്രകടമാക്കുന്നത്.” തൊഴിലാളിവർഗ്ഗ പ്രസ്ഥാനത്തെ ശക്തിപ്പെടുത്തുകയും ഇത്തരം സമരങ്ങളെ നയിക്കുകയും ചെയ്യുകയെന്ന ഈ കാലഘട്ടത്തിലെ ധാരണയെയാണ് ഇത് നിർവ്വചിക്കുന്നത്.

ഇന്ന്, സ്വാതന്ത്ര്യത്തിനുമുമ്പുള്ള കാലം മുതൽതന്നെ കേൾക്കുന്ന ആവശ്യങ്ങളിൽ ചിലത് ഉന്നയിച്ചുകൊണ്ട് അസംഖ്യം തൊഴിലാളികൾ സമരരംഗങ്ങളിൽ അണിനിരക്കുകയാണ്; കർഷകരും അവർക്കുനേരെ വർദ്ധിച്ചുവരുന്ന ആക്രമണങ്ങളെ ചെറുക്കുന്നതിന് അണിനിരക്കുകയാണ്. ഈ സമരങ്ങളെ ശക്തിപ്പെടുത്തുകയും അവയെ ശരിയായ ദിശയിലൂടെ നയിക്കുകയും ചെയ്യുന്നത് ഇപ്പോഴും കമ്യൂണിസ്റ്റുകാർ തന്നെയാണ്. വർദ്ധിച്ച വർഗ്ഗബോധത്തോടെ വർഗ്ഗസമരങ്ങൾക്ക് മൂർച്ചകൂട്ടൽ മാത്രമാണ് മുന്നോട്ടുപോകാനുള്ള ഒരേയൊരു വഴി.

ഇന്ത്യൻ സയൻസിൽ ഇടതുപക്ഷത്തിന്റെ പറയപ്പെടാത്ത ചരിത്രം

പ്രബീർ പുർകായസ്ഥ

ഇന്ത്യൻ സയൻസിന്റെ കഥ പൊതുവിൽ നെഹ്രുവിലും ഇന്ത്യയെ വ്യവസായവല്ക്കരിക്കുന്നതിന് സഹായിക്കുന്നതിനായി കെട്ടിപ്പടുത്ത ശാസ്ത്ര സ്ഥാപനങ്ങളിലുമാണ് കേന്ദ്രീകരിക്കുന്നത്. ഈ ചരിത്രം അപൂർണ്ണമാണ്; ഇത് മേഘനാഥ് സാഹ, സാഹിബ് സിങ് സോഖെ, സെയ്ദ് ഹുസൈൻ സാഹീർ എന്നിങ്ങനെയുള്ള ഇന്ത്യയിലെ ഇടതുപക്ഷ ശാസ്ത്രജ്ഞരുടെയും ജെ ഡി ബെർണാൾ, ജെ ബി എസ് ഹാൽഡേൻ എന്നിവരെപ്പോലെയുള്ള അന്താരാഷ്ട്രവാദികളായ ഇടതുപക്ഷ ശാസ്ത്രജ്ഞരുടെയും സംഭാവനകൾ കണക്കിലെടുക്കുന്നില്ല; ഇവരെല്ലാമാണ് യഥാർത്ഥത്തിൽ ഈ ചരിത്രത്തിന്റെ ശരിക്കുമുള്ള താക്കോൽ സ്ഥാനത്ത് നില്ക്കുന്നത്.

ശാസ്ത്രീയമായ ലോകവീക്ഷണത്തെ – 'ശാസ്ത്രീയമനോഭാവം' എന്നാണ് നെഹ്രു ഇതിനെ വിളിച്ചത് – ശാസ്ത്രം, സാങ്കേതികവിദ്യ, സമ്പദ്ഘടന എന്നിവയുടെ ആസൂത്രണവുമായും ഭരണകൂടത്തിന് അതിലുള്ള ശ്രദ്ധേയമായ പങ്കുമായും സംയോജിപ്പിച്ചുകൊണ്ടുമാത്രമേ ആധുനിക രാഷ്ട്രം കെട്ടിപ്പടുക്കാൻ കഴിയൂവെന്ന സയൻസിനെ സംബന്ധിച്ച കാഴ്ചപ്പാടിൽ അടിത്തറയിട്ടതാണ് ഇന്ത്യയിലെ സയൻസ്. ഇന്ന് ഇതൊരു പൊതുസമീപനമാണ്. എന്നാൽ രണ്ടാം ലോകയുദ്ധത്തിനു മുൻപത്തെ ശാസ്ത്ര സമൂഹത്തിൽ പൂർണ്ണമായും മതവിരുദ്ധമായ (നിരീശ്വരവാദപരമായ) വിധമായിരുന്നു ശാസ്ത്രംതന്നെ ആസൂത്രണം ചെയ്യപ്പെട്ടിരുന്നത്. 1917 ലെ വിപ്ലവവും ശാസ്ത്രത്തെ കവചമാക്കിയുള്ള വിപ്ലവാനന്തര ആസൂത്രിത വ്യാവസായിക വികസനവും ആധുനികരാഷ്ട്രം കെട്ടിപ്പടുക്കലും ശാസ്ത്രസമൂഹത്തിൽ നിലനിന്നിരുന്ന ക്രമത്തിന് അന്യമായിരുന്നു. ലണ്ടനിൽ നടന്ന 1931 ലെ അന്താരാഷ്ട്ര ശാസ്ത്ര ചരിത്ര

സമ്മേളനത്തിനെത്തിയ ബുഖാറിന്റെ നേതൃത്വത്തിലുള്ള സോവിയറ്റ് പ്രതിനിധിസംഘം സമൂഹത്തിൽ ശാസ്ത്രത്തെ സംബന്ധിച്ച കാഴ്ചപ്പാട് എന്തായിരിക്കണമെന്നതിന്റെ ഒരു രൂപരേഖ അവതരിപ്പിച്ചു. ഒരുകൂട്ടം സമർത്ഥരായ യുവ ബ്രിട്ടീഷ് ശാസ്ത്രജ്ഞർ – ജെ ഡി ബെർണാൾ, ജെ ബി എസ് ഹാൽഡേൻ, ജോസഫ് നിഥാം, ലാൻസ്‌ലോട്ട് ഹോഗ്ബെൻ – ഈ സോവിയറ്റ് പ്രബന്ധങ്ങളിൽ ആകൃഷ്ടരായി. ഇതാണ് ബെർണാളിന്റെ പ്രശസ്തമായ *The Social Function of Science (ശാസ്ത്രത്തിന്റെ സാമൂഹിക ധർമ്മം)* എന്ന കൃതിയുടെ രചനയ്ക്ക് ഇടയാക്കിയത്; ശാസ്ത്ര – സമൂഹ പ്രസ്ഥാനത്തിന്റെ രൂപീകരണത്തിനും സയന്റിഫിക് തൊഴിലാളികൾ എന്ന നിലയിൽ ശാസ്ത്രജ്ഞരുടെ യൂണിയൻ രൂപീകരണത്തിനും വഴിയൊരുക്കിയത് ഇതാണ്.

രണ്ടാം ലോകയുദ്ധാനന്തരം ശാസ്ത്ര പ്രസ്ഥാനം ശാസ്ത്രസംബന്ധിയായ തൊഴിലാളികളുടെ (സയന്റിഫിക് വർക്കർ) ലോക ഫെഡറേഷന് രൂപംനല്കി; ആഗോള സമാധാന പ്രസ്ഥാനത്തിലെ – ലോക സമാധാന കൗൺസിൽ – പ്രധാനപ്പെട്ട ഒരു ഘടകമായി അതു മാറുകയും ചെയ്തു. പിന്നീട് ബെർണാളും ഹാൽഡേനും ഇന്ത്യൻ സയൻസുമായി അടുത്ത് ബന്ധപ്പെടുകയുണ്ടായി; അതേസമയം നീഥാം തന്റെ ചൈനീസ് സഹപ്രവർത്തകരുമായി ചേർന്ന് 16 വോള്യങ്ങളുള്ള ചൈനയിലെ സയൻസിന്റെയും സംസ്കാരത്തിന്റെയും ചരിത്രം എന്ന ബൃഹത്തും ശാശ്വതസ്വഭാവമുള്ളതുമായ കൃതിയുടെ രചനയിലേർപ്പെട്ടു. ഇവർ മൂന്നുപേരും ഗ്രേറ്റ് ബ്രിട്ടനിലെ കമ്യൂണിസ്റ്റ് പാർട്ടിയിലെ അംഗങ്ങളായിരുന്നു.

കല്ക്കത്തയിൽ 1930 കളിൽത്തന്നെ മേഘനാഥ് സാഹയുടെ നേതൃത്വത്തിൽ ഒരു സംഘം യുവശാസ്ത്രജ്ഞർ സമാനമായവിധം സോവിയറ്റ് യൂണിയനിലെ സയൻസിനെക്കുറിച്ചും ആസൂത്രണത്തെക്കുറിച്ചും സോഷ്യലിസ്റ്റ് അനുഭവത്തെക്കുറിച്ചും പഠിക്കുകയുണ്ടായി. സുഭാഷ് ചന്ദ്രബോസ് ഇന്ത്യൻ നാഷണൽ കോൺഗ്രസിന്റെ പ്രസിഡന്റായപ്പോൾ ഒരു ആസൂത്രണ സമിതിക്ക് രൂപംനല്കാൻ അദ്ദേഹത്തെ സ്വാധീനിച്ചത് മേഘനാഥ് സാഹ ആയിരുന്നു. നെഹ്രുവിന്റെ നേതൃത്വത്തിലാണ് ബോസ് ആസൂത്രണ സമിതി (Planning Committee) രൂപീകരിച്ചത്; ഇന്ത്യയുടെ വ്യവസായവല്ക്കരണത്തിനും ശാസ്ത്ര–സാങ്കേതിക സ്ഥാപനങ്ങൾ കെട്ടിപ്പടുക്കുന്നതിനും വേണ്ട പദ്ധതിയുടെ രൂപരേഖ തയ്യാറാക്കിയത് ഈ സമിതിയാണ്. ഇന്ത്യയുടെ സ്വാതന്ത്ര്യത്തിനുശേഷം ഇത് പ്ലാനിങ് കമ്മിഷനായി മാറി; ഇന്ത്യൻ സയൻസിന്റെയും ടെക്നോളജിയുടെയും അടിസ്ഥാന സൗകര്യങ്ങളൊരുക്കാൻ അടിത്തറ പാകിയതും ഇതാണ്. സി എസ് ഐ ആർ ലബോറട്ടറികളുടെയും ആണവോർജ്ജത്തിന്റെയും ബഹിരാകാശത്തിന്റെയും ഗവേഷണ സ്ഥാപനങ്ങളുടെയും ഐ ഐ ടികൾ ഉൾപ്പെടെയുള്ള വിദ്യാഭ്യാസ സ്ഥാപനങ്ങളുടെയും വ്യാപനവും ആസൂത്രണവും ഇന്ത്യക്ക് സയൻസിന്റെ പ്രാ

ധാന്യത്തെ സംബന്ധിച്ചുമുള്ള ഈ കാഴ്ചപ്പാടിന്റെ അനന്തരഫലമാണ്.

ഇന്ത്യയെ വ്യവസായവല്ക്കരിക്കണമെന്നുണ്ടെങ്കിൽ ഗവൺമെന്റ് സമ്പദ്ഘടനയിൽ സജീവമായ പങ്കുവഹിച്ചാൽ മാത്രം പോരയെന്നും അത്തരമൊരു പാതയ്ക്ക് പിന്തുണ നല്കാൻ കഴിയുന്ന ശാസ്ത്ര സ്ഥാപനങ്ങൾ കെട്ടിപ്പടുക്കണമെന്നും നെഹ്രുവിന് ബോദ്ധ്യമുണ്ടായിരുന്നു. ശാസ്ത്ര സ്ഥാപനങ്ങൾ കെട്ടിപ്പടുക്കുന്നതിനുവേണ്ടിയുള്ള അന്വേഷണത്തിന്റെ ഭാഗമായി അദ്ദേഹം ബെർണാളിനെ നിരവധി തവണ ഇന്ത്യയിലേക്ക് ക്ഷണിച്ചു. ജനിതകശാസ്ത്രജ്ഞനായ ജെ ബി എസ് ഹാൽഡേൻ ഇന്ത്യയിൽ പാർപ്പുറപ്പിക്കുക മാത്രമല്ല ഇന്ത്യൻ പൗരത്വമെടുക്കുക പോലും ചെയ്തു. ഇന്ത്യയിലെ ഉദ്യോഗസ്ഥ മേധാവിത്തപരമായ സയൻസ് എസ്റ്റാബ്ലിഷ്മെന്റിനോട് പൊരുത്തപ്പെടാൻ ഹാൾഡേനു കഴിഞ്ഞില്ല. അദ്ദേഹം നെഹ്രുവിനോട് പറഞ്ഞത് സെൻട്രൽ സയന്റിഫിക് ആന്റ് ഇന്റസ്ട്രിയൽ റിസർച്ചിനെ സ്വതന്ത്ര ഗവേഷണത്തെ നിഗ്രഹിക്കാനുള്ള കേന്ദ്രം (Centre for Suppression of Independent Research) എന്നു പുനർനാമകരണം ചെയ്യണമെന്നാണ്. (എസ് ഇർഫാൻ ഹബീബ്. *സോഷ്യൽ സയന്റിസ്റ്റ്.* മാർച്ച് – ഏപ്രിൽ 2016).

മേഘനാഥ് സാഹ, ഹുസൈൻ സാഹീർ, സാഹെബ് സിങ് സോഖെ എന്നിങ്ങനെ ഇന്ത്യയിലെ ഒട്ടേറെ ശാസ്ത്രജ്ഞർ ഇന്ത്യൻ സയൻസിന്റെ സ്ഥാപകർ മാത്രമായിരുന്നില്ല, മറിച്ച് കമ്യൂണിസ്റ്റ് പാർട്ടി ഓഫ് ഇന്ത്യയുമായി ഉറ്റബന്ധമുണ്ടായിരുന്നവരുമാണ്. അവർ അമേരിക്കയുടെ 'സഹയാത്രികർ' (കുപ്രസിദ്ധമായ മക്കാർത്തി കാലഘട്ടത്തിലെ 'ജനകീയ'മായ പദപ്രയോഗമാണിത്) എന്ന നിലയിൽ അമേരിക്കൻ പണ്ഡിതർക്കുള്ള ആദരവിന്റെ പട്ടികയിൽ ഉൾപ്പെടുത്തപ്പെടുകയുണ്ടായി. ഹോമി ഭാഭയുമായി ചേർന്ന് മേഘനാഥ് സാഹ രാജ്യത്ത് ന്യൂക്ലിയർ ഫിസിക്സിന്റെ അടിത്തറ പാകി; സി എസ് ഐ ആറിന്റെ ഡയറക്ടർ ജനറൽ എന്ന നിലയിൽ ഹുസൈൻ സാഹീർ അതിനെ ശ്രദ്ധേയമായ വിധം വിപുലീകരിച്ചു.

1932 ൽ ഹാഫ്കൈൻ ഇൻസ്റ്റിറ്റ്യൂട്ടിന്റെ ആദ്യത്തെ ഇന്ത്യക്കാരനായ ഡയറക്ടറായി സോഖെ നിയമിക്കപ്പെട്ടു. ബ്രിട്ടീഷ് ഇന്ത്യൻ സേനയിലെ ഒരു കേണലായിരുന്നുവെങ്കിലും അദ്ദേഹം ഇന്ത്യൻ നാഷണൽ കോൺഗ്രസിന്റെ ആസൂത്രണ സമിതിയുടെ ആരോഗ്യവിഭാഗം മേധാവിയുമായിരുന്നു. സ്വാതന്ത്ര്യത്തിനുശേഷം ഇന്ത്യയുടെ സ്വാശ്രയത്വത്തിലേക്കുള്ള പ്രയാണത്തിന്റെ പാതയൊരുക്കിയ രണ്ട് പൊതുമേഖലാ സ്ഥാപനങ്ങളുടെ അടിത്തറ പാകിയത് സോഖെ ആയിരുന്നു – ഇന്ത്യൻ ഡ്രഗ്സ് & ഫാർമസ്യൂട്ടിക്കൽസ് ലിമിറ്റഡും (IDPL) ഹിന്ദുസ്ഥാൻ ആന്റിബയോട്ടിക്സ് ലിമിറ്റഡും (HAL). ലോക സമാധാന കൗൺസിലിന്റെ ഭാഗമായ അഖിലേന്ത്യാ സമാധാന കൗൺസിലിന്റെ പ്രസിഡന്റുമായി അദ്ദേഹം; പിന്നീടദ്ദേഹം വേൾഡ് ഫെഡറേഷൻ ഓഫ് സയന്റിഫിക് വർക്കേഴ്

സിന്റെ ഇന്ത്യൻ ഘടകമായ അസോസിയേഷൻ ഓഫ് സയന്റിഫിക് വർക്കേഴ്സ് ഓഫ് ഇന്ത്യ (ASWI) യുടെയും പ്രസിഡന്റായി. 1947 ൽ ASWI യുടെ ആദ്യ പ്രസിഡന്റായത് ജവഹർലാൽ നെഹ്രുവായിരുന്നു.

ഇന്റർനാഷണൽ സയന്റിഫിക് കമ്മിഷൻ ഫോർ ദ ഇൻവെസ്റ്റിഗേഷൻ ഓഫ് ദ ബാക്ടീരിയൽ വാർഫെയർ ഇൻ കൊറിയ ആന്റ് ചൈനയുടെ അദ്ധ്യക്ഷനായിരുന്നു ജോസഫ് നീയാം; അതിന്റെ 1952 ലെ റിപ്പോർട്ടിൽ അമേരിക്ക യുദ്ധകുറ്റങ്ങൾ ചെയ്തതായി അത് കുറ്റപ്പെടുത്തി. ആ കമ്മിഷനിൽ ചേരാൻ സോഖെ സമ്മതിച്ചതാണ്; പക്ഷേ, ഇന്ത്യാഗവൺമെന്റ് അതിൽനിന്ന് അദ്ദേഹത്തെ വിലക്കി. വളരെക്കാലം അമേരിക്ക കൊറിയക്കാർക്കും ചൈനക്കാർക്കുമെതിരെ തങ്ങൾ ജൈവായുധങ്ങൾ കൊണ്ട് ആക്രമണം നടത്തിയെന്ന കാര്യം നിഷേധിച്ചിരുന്നു. എന്നാൽ, നീഥാം കമ്മിഷൻ വിശദീകരിച്ച പല സംഭവങ്ങളും ശരിയായിരുന്നുവെന്ന് ഇപ്പോൾ അമേരിക്കയുടെ ആർക്കൈവ്സ് സ്ഥിരീകരിച്ചിരിക്കുകയാണ്. ഇപ്പോൾ പൊതുമണ്ഡലത്തിലുള്ള അമേരിക്കൻ പുരാരേഖാവിവരങ്ങൾ ഇതിനേക്കാൾ കൂടുതൽ കുറ്റകരമായ ചില കാര്യങ്ങളും പുറത്തുകൊണ്ടു വന്നിട്ടുണ്ട്; ജപ്പാൻ സൈന്യത്തിന്റെ 73-ാം നമ്പർ യൂണിറ്റ് ചൈനയുടെയും മറ്റു സഖ്യശക്തികളുടെയും യുദ്ധത്തടവുകാർക്കുമേൽ ജൈവയുദ്ധമുറ പരീക്ഷണം നടത്തുകയും മൂവായിരംപേരെ കൊലപ്പെടുത്തുകയും ചെയ്തുവെന്നതാണ് ആ വിവരം. തങ്ങളുടെ 'ഗവേഷണം' ആകെ അമേരിക്കയ്ക്ക് മറിച്ചു നല്കുന്നതിനുപകരമായി ആ സൈനിക യൂണിറ്റിന്റെ നേതാക്കൾക്ക് യുദ്ധ കുറ്റകൃത്യങ്ങളിൽനിന്ന് പൂർണ്ണസംരക്ഷണം അമേരിക്ക ഉറപ്പാക്കി. ജപ്പാൻകാരുടെ ആ 'ഗവേഷണ'മാണ് ഫോർട്ട് സെട്രിക്കിലെ കുപ്രസിദ്ധമായ ജൈവായുധ ഗവേഷണ കേന്ദ്രത്തിന് പ്രചോദനമായത്.

സ്വാതന്ത്ര്യത്തിനുശേഷം ഇന്ത്യൻ സയൻസിന്റെ അടിസ്ഥാനസൗകര്യങ്ങളിൽ ഇടതുപക്ഷത്തിന്റെ സംഭാവന ശാസ്ത്ര സ്ഥാപനങ്ങളുടെയും ഗവേഷണ സ്ഥാപനങ്ങളുടെയും വിപുലീകരണത്തിൽ മാത്രം ഒതുങ്ങുന്നതല്ല; മറിച്ച് സ്വയം പര്യാപ്തതയ്ക്കായുള്ള പോരാട്ടം കൂടി ആയിരുന്നു നടത്തിയിരുന്നത്. ബഹുരാഷ്ട്ര കുത്തകകളുടെ ആഴത്തിൽ പതിഞ്ഞിട്ടുള്ള താല്പര്യങ്ങൾക്കെതിരെയും ഒട്ടേറെ ശാസ്ത്രജ്ഞരുടെയും രാഷ്ട്രീയ നേതാക്കളുടെയും കോളനിവല്കൃത മാനസികാവസ്ഥക്കെതിരെയും കടുത്ത പോരാട്ടം നടത്താതെ അത് സംഭവിക്കില്ല; ആ പോരാട്ടം ഇപ്പോഴും തുടരുകയാണ്.

ഇടതുപക്ഷത്തിന്റെയും ഇന്ത്യൻ സയൻസിനും സാങ്കേതികവിദ്യയ്ക്കും അത് നല്കിയ സംഭാവനകളുടെയും ഈ വലിയ കഥ ഒരു ലേഖനത്തിനുള്ളിൽ ഒതുക്കാൻ കഴിയുന്ന ഒന്നല്ല. ഞാൻ ഒരു പ്രത്യേക മേഖലയെക്കുറിച്ചു മാത്രം പറയാം – ഔഷധ നിർമ്മാണ വ്യവസായം. അതിലൂടെ ഈ കഥയുടെ ചില വശങ്ങൾ അവതരിപ്പിക്കാം. ശാസ്ത്ര സ്ഥാപനങ്ങൾ കെട്ടിപ്പടുക്കുന്നതിനും സ്വയം പര്യാപ്തത കൈവരിക്കുന്ന

തിനുമുള്ള വലിയ പോരാട്ടം നടത്തുന്നതിലും ശാസ്ത്രീയമായ കാഴ്ച പ്പാട് പടുത്തുയർത്തുകയും അവയെ സംയോജിപ്പിക്കുകയും ചെയ്യുന്ന തിൽ ഇടതുപക്ഷം വഹിച്ച പങ്കാണ് ഒരു കാര്യം. മറ്റൊന്ന് സയൻസിന്റെ തന്നെ പുരോഗതിയിൽ ഇടതുപക്ഷത്തിന്റെ സംഭാവനയാണ്.

ബ്രിട്ടീഷുകാർ ഇന്ത്യ വിടുമ്പോൾ ഔഷധനിർമ്മാണ വ്യവസായം പൂർണ്ണമായും ബ്രിട്ടീഷ് മൂലധനത്തിന്റെ കൈയിലായിരുന്നു; അവർ സജീവ ഔഷധഘടകങ്ങൾ (active pharmaceutical ingredients - API) ബ്രിട്ടനി ലാണ് ഉല്പാദിപ്പിച്ചത്; ഇവിടെ അവ വില്പനയ്ക്കായി പായ്ക്ക് ചെയ്യൽ മാത്രമാണ് നടത്തിയത്. ഇന്ത്യയിൽ ചെറുകിട ഇന്ത്യൻ ഔഷധനിർമ്മാണ കമ്പനികൾ ഉണ്ടായിരുന്നു; അവ ശാസ്ത്രീയ ഗവേഷണത്തിന്റെ അഭാവം നേരിട്ടിരുന്നു; ബ്രിട്ടീഷ് കാലഘട്ടത്തിലെ ഇന്ത്യൻ പാറ്റന്റ് നിയമം ബഹു രാഷ്ട്രകുത്തകകൾക്ക് നല്കിയിരുന്ന നിയമപരമായ കുത്തകാവകാശ ത്തോട് പൊരുതേണ്ടതെങ്ങനെയെന്ന് അവയ്ക്ക് അറിവുമില്ലായിരുന്നു.

ഇത് ഒരു ദ്വിമുഖ പോരാട്ടമായിരുന്നു; ഇന്ത്യൻ ജനതയുടെ താല്പ ര്യസംരക്ഷണത്തിനായി പാറ്റന്റ് നിയമങ്ങളിൽ മാറ്റം വരുത്തുന്നതിനുള്ള പോരാട്ടമായിരുന്നു ഒന്ന്; മറ്റൊന്ന്, ശാസ്ത്രീയമായ അടിസ്ഥാന സൗക ര്യങ്ങളും തദ്ദേശീയ ഔഷധ വ്യവസായത്തിനാവശ്യമായ സാങ്കേതിക ജ്ഞാനവും നിർമ്മിക്കൽ.

ഹാഫ്കൈൻ ഇൻസ്റ്റിറ്റ്യൂട്ടിന്റെ ഇന്ത്യക്കാരനായ ആദ്യത്തെ ഡയ റക്ടർ എന്ന നിലയിൽ സാഹിബ് സിങ് സോഖെ അതിനെ വാക്സിനു കൾ ഉല്പാദിപ്പിക്കുന്നതിനുള്ള കുടിൽ വ്യവസായത്തിൽനിന്ന് പൂർണ്ണ മായ ആധുനിക സൗകര്യങ്ങളുള്ള ഒന്നാക്കി മാറ്റിയെടുത്തു. അകക്കാ മ്പുള്ള ഈ സംഘമാണ് പിന്നീട് സോവിയറ്റ് യൂണിയന്റെയും ലോകാ രോഗ്യ സംഘടനയുടെയും സഹായത്തോടെ ഇന്ത്യയുടെ നവജാത പൊതുമേഖലാ യൂണിറ്റുകൾക്ക് കരുത്തുപകർന്നത് – എച്ച് എ എല്ലി നും ഐ ഡി പി എല്ലിനും. ഹുസൈൻ സാഹിറിന്റെ നേതൃത്വത്തിൽ സൃഷ്ടിക്കപ്പെട്ട സി എസ് ഐ ആർ അടിസ്ഥാന സൗകര്യങ്ങളുടെയും ലഖ്നൗവിലെ കേന്ദ്ര ഔഷധ ഗവേഷണ ഇൻസ്റ്റിറ്റ്യൂട്ടിന്റെ ഡയറക്ടർ നിത്യാനന്ദയുടെയും പൂനെയിലെ നാഷണൽ കെമിക്കൽ ലബോറട്ടറി യുടെയും നേതൃത്വമാണ് ഇന്ത്യൻ വിപണിയിലെ ആഗോള ബഹുരാഷ്ട്ര കോർപ്പറേഷനുകളുടെ കടുംപിടുത്തം വിടുവിക്കാൻ ഇന്ത്യൻ ഔഷധ നിർമ്മാണ വ്യവസായത്തിനു കെല്പുണ്ടാക്കിയത്. അവസാനമായി പി എം ഭാർഗ്ഗവയുടെ പ്രധാന സംഭാവനകളും ഹൈദരാബാദിലെ സെന്റർ ഫോർ സെല്ലുലാർ ആന്റ് മോളിക്യൂളാർ ബയോളജിക്ക് അദ്ദേഹം നല് കിയ നേതൃത്വവുമാണ് ഔഷധരംഗത്തെ ഇന്ത്യയുടെ ജീവശാസ്ത്ര വി പ്ലവത്തിന് ഉറച്ച അടിത്തറയിട്ടത്. ഇന്ന് ഇന്ത്യ ജെനറിക് മരുന്നുകളു ടെയും വാക്സിനുകളുടെയും ലോകത്തിലെ ഏറ്റവും വലിയ ഉല്പാദക രാണ്. ഈ ആദ്യകാല ഇന്ത്യൻ ശാസ്ത്രജ്ഞർ ഉറപ്പിച്ച അസ്തിവാര ത്തിനു നമുക്ക് അവരോട് നന്ദി പറയാം.

നിലവിലുള്ള വ്യവസ്ഥയോടും മതഗ്രന്ഥങ്ങളോടും പൂർണ്ണമായ വിധേയത്വവും പഴയതിനെയെല്ലാം ചോദ്യം ചെയ്യാതെ അനുസരിക്കലുമെന്ന പൗരോഹിത്യത്തിന്റെയും ജാതി അധിഷ്ഠിത ബ്രാഹ്മണിക്കൽ വ്യവസ്ഥയുടെയും അധീശത്വത്തെയാണ് നാം ഇപ്പോഴും നേരിട്ടുകൊണ്ടിരിക്കുന്നത്. പഴയ കൊളോണിയൽ വാഴ്ചക്കാലത്തായാലും ഇപ്പോൾ അധികാരത്തിലുള്ള രാഷ്ട്രീയ പാർട്ടിയുടെ കാര്യത്തിലായാലും വിമർശനാത്മകമായി ചിന്തിക്കുന്നതും ചോദ്യങ്ങൾ ഉന്നയിക്കുന്നതും രാജ്യദ്രോഹമാണ്. സയൻസിനെയും യുക്തിചിന്തയെയും ജനകീയ പ്രസ്ഥാനങ്ങളുമായി കൂട്ടിയോജിപ്പിക്കേണ്ടതുണ്ട്; ജനകീയ ശാസ്ത്ര പ്രസ്ഥാനത്തിന്റെ ചരിത്രം ഇതാണ്. അയുക്തിയുടെയും വിദ്വേഷത്തിന്റെയും വിഭാഗീയ സാമൂഹ്യശക്തികളുടെയും ഇപ്പോഴത്തെ പശ്ചാത്തലത്തിൽ, സയൻസും യുക്തിചിന്തയും പോരാട്ടത്തിനുള്ള ആയുധങ്ങളാണ്.